ಬದುಕಿನ ಬಣ್ಣ

ಕವನ ಸಂಕಲನ

ಡಾ. ಚಂದ್ರಶೇಖರ ಚನ್ನಾಪುರ ಹಾಲಪ್ಪ

ISBN 978-93-5667-083-9
© Dr.Chandrashekhar C.H 2022
Published in India 2022 by Pencil

Contributors:
Editor: Dr.Chandrashekhar C.H
Editor: Dr.Chandrashekhar C.H

A brand of
One Point Six Technologies Pvt. Ltd.
123, Building J2, Shram Seva Premises,
Wadala Truck Terminal, Wadala (E)
Mumbai 400037, Maharashtra, INDIA
E connect@thepencilapp.com
W www.thepencilapp.com

DISCLAIMER: *The opinions expressed in this book are those of the authors and do not purport to reflect the views of the Publisher.*

Author biography

ಡಾ. ಚಂದ್ರಶೇಖರ ಚನ್ನಾಪುರ ಹಾಲಪ್ಪನವರುದಿನಾಂಕ 25-12-1982 ರಂದು ಕಡೂರು ತಾಲೂಕಿನ ಚನ್ನಾಪುರ ಗ್ರಾಮದಲ್ಲಿ, ಹಾಲಪ್ಪ ಮತ್ತು ತಾಯಮ್ಮ ಇವರ ಪುತ್ರನಾಗಿ ಜನಿಸಿರುತ್ತಾರೆ. ಇವರು ಸಾಹಿತ್ಯ ಕ್ಷೇತ್ರದಲ್ಲಿ 2016 ನೇ ಇಸವಿಯಿಂದ ಕವನಗಳು, ಕಾದಂಬರಿ, ಕಥಾ ಸಂಕಲನ, ವಚನ ಸಂಕಲನ ಮತ್ತು ವ್ಯಕ್ತಿತ್ವ ವಿಕಾಸನಕ್ಕೆ ಸಂಬಂಧಿಸಿದ ಪುಸ್ತಕ ಬರೆಯುವುದರಲ್ಲಿ ತಮ್ಮ ಬಿಡುವಿನ ಸಮಯವನ್ನು ವಿನಿಯೋಗಿಸುತ್ತಿದ್ದಾರೆ.ಇವರು ಪ್ರೌಢಶಿಕ್ಷಣ ಕಡೂರಿನಲ್ಲಿ, ಸಹ್ಯಾದ್ರಿ ವಿಜ್ಞಾನ ಕಾಲೇಜು ಶಿವಮೊಗ್ಗದಲ್ಲಿ ಬಿ.ಎಸ್ಸಿ ಪದವಿ, ಕುವೆಂಪು ವಿಶ್ವವಿದ್ಯಾನಿಲಯದಲ್ಲಿ ಸ್ನಾತಕೋತ್ತರ ಪದವಿ ಮತ್ತು ರಸಾಯನಶಾಸ್ತ್ರ ವಿಷಯದಲ್ಲಿ ಡಾಕ್ಟರೇಟ್ ಪದವಿ ಪಡೆದಿರುತ್ತಾರೆ

ಹಾಗೂ ಭಾರತೀಯ ವಿಜ್ಞಾನ ಸಂಸ್ಥೆ, ಬೆಂಗಳೂರು, ದಕ್ಷಿಣ ಕೊರಿಯದ ವಿಶ್ವವಿದ್ಯಾನಿಲಯ ಮತ್ತು ಸಾಬಿಕ್ ಇನ್ನೋವೇಟಿವ್ ಪ್ಲಾಸ್ಟಿಕ್ಸ್, ಬೆಂಗಳೂರುಗಳಲ್ಲಿ ತಮ್ಮ ಪೋಸ್ಟ್ ಡಾಕ್ಟೊರಲ್ ಸಂಶೋಧನೆ ಕೈಗೊಂಡಿರುತ್ತಾರೆ. ಪ್ರಸ್ತುತ ಕಡೂರಿನ ಸ್ನಾತಕೊತ್ತರ ಕೇಂದ್ರ ಕುವೆಂಪು ವಿಶ್ವವಿದ್ಯಾನಿಲಯದಲ್ಲಿ ಅತಿಥಿ ಉಪನ್ಯಾಸಕರಾಗಿ ಕಾರ್ಯ ನಿರ್ವಹಿಸುತ್ತಿದ್ದಾರೆ. ಇವರು ಕನ್ನಡ ಸಾಹಿತ್ಯ ಕ್ಷೇತ್ರದಲ್ಲಿ ಕವಿ, ಲೇಖಿಕರು ಹಾಗು ಸಿನಿಮಾ ಸಾಹಿತಿಗಳಾಗಿ ಗುರುತಿಸಿಕೊಳ್ಳುವ ನಿಟ್ಟಿನಲ್ಲಿ ಪಯಣ ಸಾಗಿದೆ ಹಾಗೂ ಇವರು ಬರೆದ ಮೊಟ್ಟ ಮೊದಲ "ಹೇ ಹೃದಯ ನೀನು" ಎಂಬ ಗೀತೆಯನ್ನು ದೃಷ್ಟಿ ಕ್ರಿಯೇಷನ್ ಸಂಸ್ಥೆಯವರು ರೆಕಾರ್ಡ್ ಮಾಡಿ Youtube ನಲ್ಲಿ ಬಿಡುಗಡೆಗೊಂಡಿರುತ್ತದೆ.ಇವರ ಕಾವ್ಯದ ಕುಸುರಿಯಲ್ಲಿ **ನೂರಾರು ಕನಸು ಚೂರಾದ ಮನಸು**ಮತ್ತು ಎರಡನೆಯ ಕವನ ಸಂಕಲನ **ಬದುಕಿನ ಬಣ್ಣ**ಎಂಬ ಕವನ ಸಂಕಲನಗಳು ಪ್ರಕಟಗೊಳ್ಳುತ್ತಿವೆ.

CONTENTS

Epigraph

ಅರ್ಪಣೆ

ನನ್ನ ಪ್ರೀತಿಯ ಶಿಕ್ಷಕರು ಮತ್ತು ಗೆಳೆಯ ಗೆಳೆತಿಯರಿಗೆ

ಕೆರಳಿದ ಕನಸ್ಸುಗಳ

ನೋವಿನ ಮನಸ್ಸುಗಳ

ಒಲವಿನ ಮಾತುಗಳ

ಪ್ರೀತಿಯ ನೆನಪುಗಳ

ಅಳಿಸದ ಭಾವನೆಗಳ

ಹದಿಹರೆಯದ ವಯಸ್ಸುಗಳ

ನಾ ಬರೆದ ಸಾಲುಗಳ

ಸೆರೆ ಹಿಡಿದ ಕವಿತೆಗಳ

ಸಮರ್ಪಣೆ

Anyone who has never made a mistake has never tried anything.

Albert Einstein

The achievement of one goal should be the starting point of another.

Alexader Graham Bell

Read some thing positive every night and listen to something helpful every morning.

Tom Hopkins

But I, being poor, have only my dreams;I have spread my dreams under your feet;

Tread softly, for you tread on my dreams.

W.B. Yeats

Foreword

ಮುನ್ನುಡಿ

ಆತ್ಮೀಯರಾದ ಬಹುಮುಖ ಪ್ರತಿಭೆಯ ಡಾ.ಚಂದ್ರಶೇಖರ ಚನ್ನಾಪುರ ಹಾಲಪ್ಪ ರವರ ಕವನ ಸಂಕಲನಕ್ಕೆ ಮುನ್ನುಡಿ ಬರೆಯಲು ಸಂತೋಷವೆನಿಸುತ್ತದೆ. ಕಾರಣ ಇವರು ರಸಾಯನ ಶಾಸ್ತ್ರ ಉಪನ್ಯಾಸಕರಾಗಿ ಕನ್ನಡ ಸಾಹಿತ್ಯದ ಬಗ್ಗೆ ಕಾಳಜಿ ವುಳ್ಳವರಾಗಿರುವುದು ಹೆಮ್ಮೆಯ ಸಂಗತಿ. ಇಂದಿನ ವೇಗಗತಿಯ ಜೀವನಯಾನದಲ್ಲಿ ಸಾಗುವ ಅಲ್ಪ ಸ್ವಲ್ಪ ಸಮಯವಕಾಶ ನಡುವೆ ಓದಿನ ಕಡೆ ಗಮನಹರಿಸುತ್ತಿರುವುದು ಸಂತೋಷದ ಸಂಗತಿ.

ಈ ಕವನಸಂಕಲನದಲ್ಲಿರುವ ಕವನಗಳ್ಯನ್ನು ಓದಿದಾಗ ಮನಸ್ಸಿಗೆ ತೃಪ್ತಿನಿಡುತ್ತದೆ. ಸಾಮಾಜಿಕ ಕಳಕಳಿ ಜೀವನನುಭವ, ಪರಿಸರ ಹಾಗು ಪ್ರಪಂಚದ ದಿನ ನಿತ್ಯ ಕಾಣುವ ಸಂಗತಿಗಳು ಅವರ ಕುಂಚದಲ್ಲಿ ಕವಿತೆಯಾಗಿ ರೂಪ ಪಡೆದಿರುವುದು ವೀಶಿಷ. ಚಂದ್ರು ಅನುಭವಕ್ಕೆ ಅಕ್ಷರ ರೂಪ ನೀಡಿದ್ದಾರೆ, " **ಬದುಕಿನ ಬಣ್ಣ**"ಕವನ ಸಂಕಲನದಲ್ಲಿ ಎಲ್ಲಾ ಕವಿತೆಗಳು ಓದಿಸಿಕೊಂಡು ಹೋಗುತ್ತವೆ. ಜೀವನದ ಗಂಟು. ಕೈ ಹಿಡಿದ ನಲ್ಲಿ, ನಮ್ಮ ಸ್ವಾತಂತ್ರ್ಯ, ಕನ್ನಡತಿಯೇ ನೀನು, ಮೌನದ ಕವಿತೆ, ನೆನಪು, ರಾವಣ, ಹುಣ್ಣಿಮೆ ಚಂದ್ರ ಮುಂತಾದ ಕವನಗಳು ಉತ್ತಮವಾಗಿವೆ. ಸಾಹಿತ್ಯ ಕ್ಷೇತ್ರದಲ್ಲಿ ತೊಡಗುವವರು ಪ್ರಮುಖವಾಗಿ ಹಿರಿಯ ಸಾಹಿತಿಗಳ ಕೃತಿಗಳ ಅಧ್ಯಯನದಿಂದಾಗಿ ನಮ್ಮ ಚಿಂತೆನೆಗಳು

ಅಕ್ಷರ ರೂಪದಲ್ಲಿ ಹೊರ ಬರಲು ಸಾಧ್ಯವಿದೆ. ಇವರು ಮೊದಲ ಪ್ರಯತ್ನದಲ್ಲಿಯೇ ಯಶಸ್ಸನ್ನು ಗಳಿಸಿದ್ದಾರೆ. ತಮ್ಮ ಜೀವನಾನುಭವದಿಂದ ತಾವು ಕಂಡ ಕನಸ್ಸುಗಳ ಸುರುಳಿಯೇ ಈ ಕವನ ಸಂಕಲನ. ಡಾ. ಚಂದ್ರಶೇಖರ ಚನ್ನಾಪುರ ಹಾಲಪ್ಪ ಅವರಿಂದ ಇಂತಹ ಅನೇಕ ಕೃತಿಗಳು ಹೊರಬಂದು ಕನ್ನಡಕೆ ಮುಕುಟಮಣಿ ಯಾಗಲಿ ಎಂದು ಹಾರೈಸುತ್ತ. ಇವರ ಸಾಹಿತ್ಯ ಸೇವೆ ಹೀಗೆ ಮುಂದುವರಿಯಲಿ ಎಂಬುದಾಗಿ ಚಂದ್ರು ಅವರಿಗೆ ಶುಭ ಹಾರೈಸಬಯಸುತ್ತೇನೆ.

ಇಂತಿ ಪ್ರೀತಿಯ

ಸೂರಿ ಶ್ರೀನಿವಾಸ

ಅಧ್ಯಕ್ಷರು

ಜಿಲ್ಲಾ ಕನ್ನಡ ಸಾಹಿತ್ಯ ಪರಿಷತ್ತು

ಕಡೂರು - 577548

ಆಶಯ ನುಡಿ

ಆತ್ಮೀಯ ನನ್ನಸ್ನೇಹಿತರಾದ ಡಾ.ಚಂದ್ರಶೇಖರ ಚನ್ನಾಪುರ ಹಾಲಪ್ಪ ರವರು ಸಾಹಿತ್ಯಕ್ಷೇತ್ರದಲ್ಲಿ ಕೃಷಿಯನ್ನು,ಪ್ರಾರಂಭಿಸುತ್ತಿದ್ದು. ಅವರ ಮೊದಲ ಕವನ ಸಾಹಿತ್ಯ "ನೂರಾರು ಕನಸು ಚೂರಾದ ಮನಸ್ಸು " ಬಿಡುಗಡೆಗೊಂಡು ಈಗ ಎರಡನೇ ಕವನ ಸಂಕಲನ "ಬದುಕಿನ ಬಣ್ಣ" ತಯಾರಾಗಿ ಹೊರಬರುತ್ತಿದ್ದು ಅವರಿಗೆ ಹೃತ್ಪೂರ್ವಕ ಅಭಿನಂದನೆಗಳನ್ನು ಅರ್ಪಿಸುತ್ತಿದ್ದೇನೆ. ಅವರ ಈ ಸಾಹಿತ್ಯ ಕೃಷಿಯು ಮುಂದುವರೆದು ಮುಂದೆಯೂ ದೊಡ್ಡ ಉನ್ನತ ಮಟ್ಟದಲ್ಲಿ ಆದರ ಪ್ರಭಾವ ಬೀರಲೆಂದು ಆಶಿಸುತ್ತೇನೆ. ಡಾ. ಚಂದ್ರಶೇಖರ ಚನ್ನಾಪುರ

ಹಾಲಪ್ಪ ಇವರು ಶೈಕ್ಷಣಿಕ ಕ್ಷೇತ್ರದಲ್ಲಿ ತಮ್ಮ ಕಾರ್ಯನಿರ್ವಹಿಸುತ್ತಿದ್ದು ಈಗ ಕನ್ನಡ ಸಾಹಿತ್ಯ ಕ್ಷೇತ್ರದಲ್ಲಿ ತಮ್ಮದೇ ಆದ ಛಾಪು ಮೂಡಿಸುತಿದ್ದಾರೆ. ಅವರು ಉಪನ್ಯಾಸಕರು, ಲೇಖಕರು. ಕವಿಗಳು, ಕವನಗಾರರು ಹಾಗು ಹಾಡುಗಳ ಬರಹಗಾರರು ಕೂಡ. ಅವರಿಗೆ ಸಾಹಿತ್ಯ ಕ್ಷೇತ್ರದಲ್ಲಿ ಆಸಕ್ತಿ ಉಪನ್ಯಾಸದ ಜೊತೆಜೊತೆಗೆ ಸಾಹಿತ್ಯ ಅಭಿರುಚಿಯನ್ನು ಎಲ್ಲೆಡೆ ಪಸರಿಸುವ ಕೆಲಸ ಆರಂಭಿಸಿದ್ದಾರೆ ಹಾಗಾಗಿ ಅವರ ಸಾಹಿತ್ಯ ಅಭಿರುಚಿಗೆ ಭಗವಂತನ ಆಶೀರ್ವಾದ ಹಾಗು ನನ್ನ ಸಹಕಾರ ಯಾವಾಗಲು ಇರುತ್ತದೆ. ಅವರ ಮುಂದಿನ ಪ್ರತಿ ಕವನ ಸಾಹಿತ್ಯ ಪುಸ್ತಕಗಳು ಹೆಚ್ಚು ಹೆಚ್ಚು ಲೋಕಾರ್ಪಣೆಗೊಳ್ಳಲೆಂದು ಆ ಭಗವಂತನಲ್ಲಿ ಕೇಳಿಕೊಳ್ಳುತ್ತೇನೆ.

ಇಂತಿ ನಿಮ್ಮವ
ಸಂಪತಕುಮಾರ
ಗ್ರಂಥಪಾಲಕರು
ಸ್ನಾತಕೋತ್ತರ ಕೇಂದ್ರ, ಕಡೂರು
ಕುವೆಂಪು ವಿಶ್ವವಿದ್ಯಾಲಯ

Preface

ನನ್ನ ನುಡಿ

ನನ್ನ ಮೊದಲ ಕವನ ಸಂಕಲನ **"ನೂರಾರು ಕನಸು ಚೂರಾದ ಮನಸು"** ಪುಸ್ತಕದ ಸವಿಯನ್ನು ಸವಿದ ಹಿಂದಿನಿಂದಲೇ. ನನ್ನ ಎರಡನೆಯ ಕವನ ಸಂಕಲನ ಹೊರ ಒಮ್ಮತ್ತಿರುವುದು ಸಂತೋಷಪವನ್ನು ತಂದಿದೆ ಇದೋ ನಿಮಗಾಗಿ ತಂದ ನವಿರಾದ ಕವನ ಸಂಕಲನ **"ಬದುಕಿನ ಬಣ್ಣ"** ಇದು ನಿಮಗಾಗಿಯೇ ನನ್ನ ಅನುಭವಗಳ ಒರೆಗಚ್ಚಿ ಬರೆದ ನಲ್ಮೆಯ ಕವನಗಳು ನಿಮ್ಮ ಮನಸ್ಸನ್ನು ಮುಟ್ಟಲಿ. ಈ ಎಲ್ಲಾ ಕವನಗಳು ನೋವು ಹಾಗು ಬಾವನೆಗಳ ಹೊರ ಚೆಲ್ಲುನ್ನವ ಕವನದ ಕಾರಂಜಿಯಾಗಿವೆ. ಈ ಕವನ ಸಂಕಲನವನ್ನು ಓದಿ ಹಾರೈಸಿದರೆ ನನ್ನ ಸಣ್ಣ ಪ್ರಯತ್ನ ಸಪಲವಾಯಿತು ಎಂದು ಬಾವಿಸುತ್ತೆನೆ. ಈ ಕವನ ಸಂಕಲನಕೆ ಸಲುಗೆಯಲಿ ಮುನ್ನುಡಿ ಬರೆದ ಅಜ್ಜಂಪುರ ಸೂರಿ ಶ್ರೀನಿವಾಸ್ ಜಿಲ್ಲಾ ಕನ್ನಡ ಸಾಹಿತ್ಯ ಪರಿಷತ್ ಅಧ್ಯಕ್ಷರು ಇವರಿಗೆ ನನ್ನ ಕೃತಜ್ಞತೆಗಳು. ಮರೆತ ಮಾತುಗಳು ಕವಿತೆಯಾಗಿ ಆರಳಲು ಸಹಾಯ ಮಾಡಿದ ಕಡೂರು ಸ್ನಾತಕೋತರ ಕೇಂದ್ರದ ಉಪನ್ಯಾಸಕರಿಗೂ ಹಾಗೂ ಸಹ್ಯಾದ್ರಿ ವಿಜ್ಞಾನ ಕಾಲೇಜಿನ ಉಪನ್ಯಾಸಕರಿಗೂ ನನ್ನ ಕೃತಜ್ಞತೆಗಳು. ನನ್ನ ಕವನ ಸಂಕಲನ ಯಶಸ್ವಿಯಾಗಲಿ ಎಂದು ಆರಸಿದ ಡಾ. ರಾಜೇಶ್ವರಿ ಹಾಗೂ ಡಾ. ಡೈಸೀ ಜಾರ್ಜ್ ಇವರಿಗೂ ನನ್ನ ಪ್ರಣಾಮಗಳು. ನನ್ನ ಕವನಗಳನ್ನು ಮರೆತು ಹೋಗುವ ಮುನ್ನ ತೆರೆದು ನೋಡು ಈ ಪುಟವನ್ನ ಎಂಬ ಬರಹದಿಂದ ಪ್ರಕಟಿಸಿ ಸುಮಾರು 4000 ಸಾರಿ ಪುಟವನ್ನು ವೀಕ್ಷಣೆ ಪಡೆಯಲು

ಅನುಕೂಲ ಮಾಡಿಕೊಟ್ಟ ಬ್ಲಾಗ್ಗ್‌ಸ್. ಕಾಂ ಅವರಿಗೆ ನನ್ನ ಧನ್ಯವಾದಗಳು ಹಾಗು ನನ್ನ ಕವನಗಳನ್ನು ಓದಿ ಪ್ರೋತ್ಸಾಹಿಸಿದ ನನ್ನ ಗೆಳೆಯ ಮತ್ತು ಗೆಳತಿಯರಿಗೆ ನಮಸ್ಕಾರಗಳು.

ಇಂತಿ ನಿಮ್ಮ ಪ್ರೀತಿಯ

ಡಾ. ಚಂದ್ರಶೇಖರ ಚನ್ನಾಪುರ ಹಾಲಪ್ಪ

ಅತಿಥಿ ಉಪನ್ಯಾಸಕರು

ರಸಾಯನ ಶಾಸ್ತ್ರ

ಸ್ನಾತಕೋತ್ತರ ಕೇಂದ್ರ, ಕಡೂರು

ಕುವೆಂಪು ವಿಶ್ವವಿದ್ಯಾಲಯ

Acknowledgements

ಕೃತಜ್ಞತೆಗಳು

ಈ ಪುಸ್ತಕವನ್ನು ಬರೆಯಲು ಪ್ರೇರಣೆಯಾದ ಎಲ್ಲಾರಿಗೂ ಹಾಗೂ ಬರೆಯಲು ಪ್ರೋತ್ಸಾಹವನ್ನು ನೀಡಿದ ಸಹ್ಯಾದ್ರಿ ವಿಜ್ಞಾನ ಕಾಲೇಜಿನ ಉಪನ್ಯಾಸಕರುಗಳಿಗೂ ಮತ್ತು ಕಡೂರು ಸ್ನಾತಕೋತ್ತರ ಕೇಂದ್ರದ ಭೋದಕ ಹಾಗೂ ಭೋದಕೇತರ ಸಿಬ್ಬಂಧಿಗಳಿಗೂ ನನ್ನ ಗೆಳೆಯ ಗೆಳತಿಯರಿಗೂ, ಹಾಗೂ ಕವನಸಂಕಲನಕ್ಕೆ ಮುನ್ನುಡಿ, ಆಶಯ ನುಡಿ ಬರೆದು ಬೆನ್ನು ತಟ್ಟಿದ ನನ್ನ ಗುರು ಹಿರಿಯರಿಗೂ ನನ್ನ ಕೃತಜ್ಞತೆಗಳು. ನನ್ನ ಕವನಗಳನ್ನು **ಮರೆತು ಹೋಗುವ ಮುನ್ನ ತೆರೆದು ನೋಡು ಈ ಪುಟವನ್ನು** ಎಂಬ ಬರಹದಿಂದ ಪ್ರಕಟಿಸಿ ಸುಮಾರು 4000 ಸರಿ ಪುಟವನ್ನು ವೀಕ್ಷಣೆ ಪಡೆಯಲು ಅನುಕೂಲ ಮಾಡಿಕೊಟ್ಟ ಬ್ಲಾಗ್‌ಗ್ಸ್.ಕಾಂ ಅವರಿಗೆ ನನ್ನ ಧನ್ಯವಾದಗಳು.

Introduction

ಪರಿವಿಡಿ

1. ನಿನ್ನದೇ ತುಡಿತ

ಮನಸಿನ ಅಲೆಯಲ್ಲಿ,
ಮೌನದ ಮೊರೆತ.
ಪ್ರೀತಿಯ ಬಯಕೆಗೆ,
ನಿನ್ನದೇ ತುಡಿತ!

    ಕಾಣುವ ಕನಸಿಗೆ,
    ಹಾರುವ ಬಯಕೆ.
    ತೀರದ ಒಲವಿಗೆ,
    ನೋವೊಂದು ಮನಕೆ.!

ಸುಂದರ ಸಂಜೆಯಲ್ಲಿ,
ಮುಳುಗಿದ ಸೂರ್ಯ.
ನಿನ್ನನು ಕಂಡಾಗ,
ತಂಪಾದ ಚಂದ್ರ.!

    ಹೃದಯದ ಗಾಯಕೆ,
    ನೀನಾದೆ ಮುಲಾಮು.
    ನಿನ್ನಯ ಪ್ರೇಮಕೆ,
    ನನ್ನದೊಂದು ಸಾಲಮು

ಹಾಡಿನ ಸ್ವರಕೆ,
ನಾದವೇ ನೀನಾದೆ.
ಸೋತದ ಮನಕೆ,
ಸ್ವರ್ಗವ ನೀತಂದೆ.

ಮನಸಿನ ಅಲೆಯಲ್ಲಿ,
ಮೌನದ ಮೊರೆತ.
ಪ್ರೀತಿಯ ಬಯಕೆಗೆ,
ನಿನ್ನದೇ ತುಡಿತ.!

2 .ಜೀವನದ ಗಂಟು

ನೂರೆಂಟು ಚಿಂತೆಯಲ್ಲಿ,
ಜೀವನದ ಗಂಟು.
ಬದುಕಿನ ಕೊನೆಯಲ್ಲಿ,
ಮಸಣದ ನಂಟು.!

ನಾವೆಂಬ ಪದದಲಿ,
ಪ್ರೀತಿಯು ಉಂಟು.
ನಾನೆಂಬ ಭ್ರಮೆಯಲ್ಲಿ,
ಪಯಣವೇ ಕಗ್ಗಂಟು!

ಬಾಳೆಂಬ ಪಥದಲ್ಲಿ,
ಏತಕೆ ಮೋಹ.
ಬದುಕಿನ ನಡೆಯಲ್ಲಿ,
ತೀರದ ದಾಹ!

ಬಿಸಿಯಾದ ಅಸೆ,
ಕನಸಿನ ಕುದುರೆಯ
ಏರುವ ಮನಸ್ಸೇ!
ದಿನಗಳ ಸವೆತದಲಿ
ಬದುಕಿನ ನಡಿಗೆಯಲಿ
ಕಳೆದೋದ ವಯಸ್ಸೇ!

ಜೀವನವು ಸುಂದರ
ಅರಿತರೆ ಕಂದರ!

ನಕ್ಕು ನೀ ನಲಿಯಲು
ದಾರಿಯೇ ಸಡಗರ!

ಪ್ರೀತಿಯ ಕೊರೆತ
ಹೃದಯದ ಬಡಿತ!
ಮನಸಿನ ತುಡಿತ
ಅರಿತು ನೀ ನಡೆದರೆ
ಸಂತೋಷವು ಉಚಿತ!

ಎರಡು ಕಾಲು ಸವೆಸೀ
ಮೂರಕಾಸು ಉಳಿಸಿ
ಕಷ್ಟಗಳ ಸಹಿಸಿ
ಪ್ರೀತಿಯ ಜಯಿಸು

ಸಾವಿನ ಸಂತೆಯಲ್ಲಿ
ನಡೆವುದೇ ನಿಗಂಟು!
ದೇವರ ಕೃಪೆಯಲ್ಲಿ
ಸ್ವರ್ಗವೇ ಉಂಟು!

ನೂರೆಂಟು ಚಿಂತೆಯಲ್ಲಿ
ಜೀವನದ ಗಂಟು
ಬದುಕಿನ ಕೊನೆಯಲ್ಲಿ
ಮಸಣದ ನಂಟು!

3. ಬರಸಿಡಿಲು ಬಡಿದು

ಕಾಣದ ಕಪ್ಪು ದಾರಿಗೆ
ಬರಸಿಡಿಲು ಬಡಿದು!
ನೋವೆಂಬ ಮರಕೆ
ಬೆಂಕಿಯ ಸಿಡಿದು!

ತುಸುದೂರ ನಿಂತಾಗ
ಕಾರ್ಮೋಡ ಕವಿದು!
ಮಳೆಬಂದು ನೀರೆಲ್ಲ
ಭೂಮಿಗೆ ಸುರಿದು!

ಹಸಿರಾಯ್ತು ನೆಲವು
ಕೆರೆತುಂಬಿದ ಜಲವು !
ಬೆಳೆಬಂದು ನಿಂತು
ತೆನೆಬಂದು ಕುಂತು!

ಸುಗ್ಗಿಯ ಕಾವ್ಯತೇ
ಸಂಕ್ರಾಂತಿ ಬೇಡಯತಿ!
ಕೊನೆ ತುಂಬಿದ ಪಸಲು
ತಾಕಲು ರೈತನ ವಸಲು!

ಮನೆತುಂಬಿದ ಬೆಳೆ
ಮನದಲ್ಲಿ ಹೊಸ ಕಳೆ!
ಸಂತೋಷವ ತಂತು,
ನವವರುಷವು ಬಂತು!

ಸಡಗರದೀ ಬಾಳು
ಸುರಡಿಯ ನೆರಳು.
ತಂಪುನು ನೀಡಿ.
ಮನ ಕಲಕಿ ತುಡಿದ್ಯುತಿ ಹಾಲಕ್ಕಿ ಹೇಳು!

ಸಡಗರದೀ ಬಾಳು
ಸುರಡಿಯ ನೆರಳು.
ತಂಪುನು ನೀಡಿ.
ಮನ ಕಲಕಿ ತುಡಿದ್ಯುತಿ ಹಾಲಕ್ಕಿ ಹೇಳು!

4. ಸೇಬೊಂದು ಫ್ರೆಶ್

ಸೇಬೊಂದು ಫ್ರೆಶ್!
ನನಗೀಗ ಕ್ರಶ್!
ಪ್ರೀತಿ ಎಂಬ ಪದವು
ಹೆಜ್ಜೆ ಗುರುತು ಸಿಗದ ಫಿಶ್!

ನೋಟವು ನಾಟಿದೆ
ನನ್ನನೆ ಕಾಡಿದೆ!
ಪ್ರೀತಿಯ ಬೇಡಿದೆ
ನಿನ ಹೆಸರನು ಕೂಗಿದೆ!

ಕಣ್ಣಸನ್ನೆ ಬಲು ಅರಿತ
ಮನಸ್ಸಲ್ಲಿ ನಿನ ಕೊರೆತ!
ಹಸಿವೆಂಬ ಪ್ರೀತಿ ಇರಿತ
ಏರಿದೆ ಹೃದಯ ಬಡಿತ!

ಸೇಬೊಂದು ಫ್ರೆಶ್ !
ನನಗೀಗ ಕ್ರಶ್ !
ಪ್ರೀತಿ ಎಂಬ ಪದವು
ಹೆಜ್ಜೆ ಗುರುತು ಸಿಗದ ಫಿಶ್!

ನಗುವೊಂದು ಗುಲಾಬಿ
ಮಾತೆಲ್ಲ ಮುತ್ತಾಗಿ!
ಸುರಿಯ ಬಾರಾದೆ ಜೇನಾಗಿ
ನಿನ್ನ ಪ್ರೀತಿಯು ನನಗಾಗಿ!

ನವಿಲಿನ ನಾಟ್ಯದಂತೆ ನಡಿಗೆ
ಕೆನ್ನೆಗೆ ನಿನ ಇಟ್ಟು ಖಾಡಿಗೆ
ತುಟಿಯೊಂದು ತೊಂಡೆ
ನಿನು ಹಸಿರಾದ ಬೆಂಡೆ
ವರ್ಣಿಸಲು ನಿನ್ನ ಅಂದ!
ಸಾಲದು ಪದ ಬಂದ

ನೀನೀಗ ಮಿಸ್
ಬೇಗ ಪ್ರೀತಿಯನು ಎಳು ಎಸ್!
ಸೇಬೊಂದು ಫ್ರೆಶ್!
ನನಗೀಗ ಕ್ರಶ್
ಪ್ರೀತಿ ಎಂಬ ಪದವು
ಹೆಜ್ಜೆ ಗುರುತು ಸಿಗದ ಫಿಶ್!

5. ಕೈಡಿದ ನಲ್ಲೆ

ಕೈ ಇಡಿದ ನಲ್ಲೆ ಕೈ ಕೊಟ್ಟೆಯಲ್ಲೇ!
ಬಾಳುವ ಮುನ್ನ ಕಾಲ್ಕಿತ್ತೆಯಲ್ಲೇ!
ಪ್ರೀತಿಯ ಹೆಸರು ಮೋಸವೇ ಉಸಿರು
ನೆನಪೊಂದು ಹಸಿರು ಜೀವನವೇ ಕೆಸರು!

    ಕೆಸರೊಂದು ಕೆಂಪಾಗಿ ಮನಸೊಂದು ನಿನ ಕೂಗಿ!
    ಒಲವೊಂದು ನನ್ನೇ ತಾಗಿ ಕೂಗಿದಂತೆ ಬಳಿ ಬಾಗಿ!
    ಕೈ ಇಡಿದ ನಲ್ಲೆ ಕೈ ಕೊಟ್ಟೆಯಲ್ಲೇ
    ಬಾಳುವ ಮುನ್ನ ಕಾಲ್ಕಿತ್ತೆಯಲ್ಲೇ !

ಪ್ರೀತಿ ಎಂಬ ಮಾಯೆ ಬರಿ ನೋವಿನ ಛಾಯೆ
ಎತಕೀ ಹಸಿ ಕನಸು ನನ್ನಲಿ ಹುಸಿ ಮುನಿಸು!
ಪ್ರಾಣವ ಹೋಗಿದೆ ನಿನ್ನಾಣೆ ಕೂಗಿದೆ
ಮೋಸವೇ ಹಾಗಿದೆ ಈಗೇಕ ಕಾಡಿದೆ!

    ದೇವರ ಕೇಳಿದೆ ವರವನು ಬೇಡಿದೆ!
    ನಿನ ನೆನಪು ಬೇಡ ನೀನು ಗಾಳಿಯೇ ಇಲ್ಲದ ಸೋಡಾ!
    ಕೈ ಇಡಿದ ನಲ್ಲೆ ಕೈ ಕೊಟ್ಟೆಯಲ್ಲೇ!
    ಬಾಳುವ ಮುನ್ನ ಕಾಲ್ಕಿತ್ತೆಯಲ್ಲೇ!

6. ಕಣ್ಣ ನೋಟ

ಹುಡುಗಿ ನಿನ್ನ ಕಣ್ಣ ನೋಟ
ಬಂದು ನನ್ನ ತಾಗಿತ್ತಲ್ಲ!
ನನ್ನ ಮನಸ್ಸು ಇಂದು
ಯಾಕೋ ನಿನ್ನ ಕೂಗಿತಲ್ಲ!

    ಕೇಳದೆಯೇ ಹೊರಟು ಹೋದೆ
    ಅಂದು ನೀನು ಸಂಜೆ!
    ಕಾಯುತಿಹೆನು ನಿನ್ನ ದಾರಿ
    ಹುಟ್ಟ ಬಂದು ಪಂಜೆ!

    ಏತಕ್ಕೆ ಏನೋ ಹಾಗಿದೆ
    ನನಗೆ ನಿನ್ನ ಮೇಲೆ ಪ್ರೀತಿ!
    ಒಮ್ಮೆ ನಕ್ಕು ನೀನು ಎಳೆಯ
    ನನಗು ಸ್ವಲ್ಪ ಪ್ರೇಮ ಐತಿ!

ನಿನ್ನ ಕಂಡ ನನಗೆ ಆಕಾಶದಿ.
ನಕ್ಷತ್ರ ಮೂಡಿದಾಗೆ!
ನೀನು ಇಲ್ಲದ ಘಳಿಗೆ
ಬಾನಿನಿಂದ ಉಲ್ಕಿ ಬಿದ್ದ ಹಾಗೇ!

    ಆಗೆಯೇನು ನೀನು ನನ್ನ
    ಚೆಂದದ ಬಾಳ ಸಂಗಾತಿ!
    ಹೃದಯ ಏಕೋ ವಲುತಿದೆ
    ನೀನೇ ನನ್ನ ಮುದ್ದು ಹೆಂಡತಿ!

ಕಣ್ಣಿನಲ್ಲಿ ಕಣ್ಣ ಇಟ್ಟು
ನೋಡಿಯೇನು ನನ್ನ!
ಮನಸು ಏಕೋ ಬೇಡುತಿದೆ
ನಿನ್ನ ಪ್ರೀತಿಯನ್ನ!
ಎಷ್ಟು ಕಾಡಿದರು ಬೇಡಿದರು

ನೀನು ಕೇಳಲಿಲ್ಲ.
ಸೂರ್ಯನಂತೆ ಕೆಂಪಾಗಿ,
ನನ್ನ ಮನಸ್ನ ಸುಟ್ಟೆಯಲ್ಲಿ!

ನಿನ್ನ ಕಣ್ಣ ನೋಟ ಮೋಸವೆಂದ

ನನಗೆ ತಿಳಿಯಲಿಲ್ಲ?
ನಾನು ಕಂಡ ಪ್ರೀತಿ ಕನಸು
ಗಾಜಿನಂತೆ ಚೂರಾಯಿತಲ್ಲಿ!

ಬದುಕಿನಲ್ಲಿ ಕಾಡಿವ್ಪೋದೇ
ಪ್ರೀತಿಯನು ಕೊಂದುವ್ಪೊದೆ
ನೋಟದಿ ಚುಚ್ಚಿವ್ಪೋದೇ ನೀನು!
ಬಾಳಲಿ ನೊಂದುವ್ಪೊದೆ
ನಿನ್ನ ಪ್ರೀತಿಗಾಗಿ ನಾನು!

ಸಮಯ ಕಳೆದ ಮೇಲೇ
ನಿನ್ನ ನೆನಪು ಮೂಡಿ ಬಂತು!
ನೀನು ಹುಟ್ಟು ಹಸಿರು ಚೂಡಿ
ನನ್ನ ಮನದಲ್ಲಿ ಇತ್ತು!

7. ಓ ದೇವನೇ ಶರಣಾದೆ

ಜೀವನಕೆ ಜೀವವವೇ ನೀನಾದೆ
ಹೃದಯದ ಬಡಿತವೇ ಯಾಕಾದೆ!
ನೋವಿಗೆ ನಲಿವಿನ ಸಂಜೀವಿನಿಯಾದೇ
ಮಣ್ಣಿಗೆ ತಂಪೆರದ ಮಳೆಯಾದೆ. !

     ಕಷ್ಟದಿ ಸುರಿದ ಬೆವರ ಹನಿಯಾದೆ.
     ಚಿಂತೆಯಲಿ ಬೆಂದ ಮನವು ಯಾಕಾದೆ.
     ಬೆಂಕಿಯಲ್ಲಿ ಸುಟ್ಟು ಬೂದಿಯಾದೆ
     ತಂಬೂರಿಯಲಿ ಮೀಟಿದ ನಾದವ

ಹಸು ಸುರಿಸಿದ ಅಮೃತದ ಹಾಲದೆ.!
ಆಕಾಶದಿ ನಕ್ಷತ್ರಗಳ ಹೊತ್ತ ನೀಲಿ ಭಾನಾದೆ
ಸೂರ್ಯನ ಕೆಂಪಾಗಿಸಿದ ಲಾವಾ ರಸವಾದೇ.!
ರಾತ್ರಿಯ ಬೆಳಗಿಸಿದ ಚಂದ್ರನಾದೇ.!
ಮೂರು ಕಣ್ಣ ಹೊತ್ತ ಎಳ ನೀರು ನಿನಾದೆ.!

     ಹರಿಯುವ ನದಿಗೆ ಜುಲು ಜುಲು ಶಬ್ದವಾದೇ.
     ಗಿಡವಾಗಿ ಮರವಾಗಿ ಹೂವು ಬಿಟ್ಟು ಹಣ್ಣಾದೆ.
     ಭೋರ್ಗರೆವ ಸಮುದ್ರದ ಅಲೆಯಾದೆ.!
     ಓ ದೇವನೇ ಪ್ರಕೃತಿಯ ಸೃಷ್ಟಿಯು ನಿನ್ನಿಂದ
     ನಿನ್ನ ಸೃಷ್ಟಿಯ ರಚನೆಗೆ ಸೋತು ಶರಣಾದೆ.!

8. ಇದ್ದಾಗ ಸಾದಿಸು

ಸತ್ತಾಗ ಸುಟ್ಟರೆ ಬೂದಿಯಾಗುವೆ. !
ಊತಗ ಮಣ್ಣಲಿ ಮಣ್ಣಾಗುವೆ.
ಇದ್ದಾಗ ಏನಾದರೂ ಸಾದಿಸು,
ಪ್ರಪಂಚದ ಒಳಿತಿಗಾಗಿ ಏನಾದರೂ ತಿಳಿಸು. !

ನೀನುಟ್ಟು ಬಟ್ಟೆ ನಿನಿಂದೆ ಬರಲಿಲ್ಲ!
ನೀನಿಟ್ಟು ಗಂಟು ನೀ ಕೋಂಡಯೋಲಿಲ್ಲ
ನೀ ಮಾಡಿದ ಹೆಸರು ನಿನ್ನ ಕಥೆ ಹೇಳಿದೆಯೆಲ್ಲ
ನಿನ್ನ ಉಸಿರು ಯಾಕೋ ಇಂದು ಗಾಳಿಯಾಗಿದೆಯೆಲ್ಲ?

ವಿಧಿ ಆಟ ಯಾರು ಬಲ್ಲವರಿಲ್ಲ,ಅವನಾಟದಂತೆ ಜೀವನ ನಡೆವುದೆಲ್ಲ!
ಇದ್ದಾಗ ಬಾಳು ನೂರ ಜನ ಮೆಚುವಂತೆ
ಚಿಂತೆ ಬೇಡ ನಿನಗೆ ನೋಡಿ ನಗುವರೆಲ್ಲ!
ಪ್ರೀತಿಸು ನಿನ್ನವರ ಬದುಕಿನ ಕೊನೆಯತನಕ.

ಮರೆಯಾಗದಿರಲಿ ನಿನ್ನ ಹೆಸರು ಮರೆಯೋತನಕ.
ಸಾದಿಸು ನೀನು ಕೊನೆ ಉಸಿರಿರುವತನಕ.
ತೀರಿಸು ನೀನು ಈ ಮಣ್ಣ ಋಣ ಮುಗಿಯುವತನಕ.!
ನೋವ ಕೊಟ್ಟರು ನುಂಗಲಿ ದೇವರು

ಕಾಲು ಎಳೆಯೋರಿಗೆ ಕಾಲವೇ ಉತ್ತರಿಸಲಿ?
ಪ್ರೀತಿ ಕೊಟ್ಟರು ಉಳಿಯಲಿ ಹೃದಯದಿ
ಪ್ರಾಣ ಹೋದಾಗ ತೆರೆಯಲಿ ಸ್ವರ್ಗ!
ಮರೆತು ನೀನು ಹೋಗುವೆ ಈ ನರಕ!

ಸತ್ತಾಗ ಸುಟ್ಟರೆ ಬೂದಿಯಾಗುವೆ
ಊತಗ ಮಣ್ಣಲಿ ಮಣ್ಣಾಗುವೆ!
ಇದ್ದಾಗ ಏನಾದರೂ ಸಾಧಿಸು
ಪ್ರಪಂಚದ ಒಳಿತಿಗಾಗಿ ಏನಾದರೂ ತಿಳಿಸು!

ಸತ್ತಾಗ ಸುಟ್ಟರೆ ಬೂದಿಯಾಗುವೆ
ಊತಗ ಮಣ್ಣಲಿ ಮಣ್ಣಾಗುವೆ!
ಇದ್ದಾಗ ಏನಾದರೂ ಸಾಧಿಸು
ಪ್ರಪಂಚದ ಒಳಿತಿಗಾಗಿ ಏನಾದರೂ ತಿಳಿಸು!

9. ಭಗವಂತ

ಬದುಕುವ ಆಸೆ ಭಗವಂತ!
ನೀ ಕೊಟ್ಟಿರೋ ಜೀವನ ನಂಗಂತ
ಬೇಡುವೆ ನಿನ್ನನ್ನು ಪ್ರೀತಿಯಲ್ಲಿ
ನಡೆಸು ನನ್ನ ಸನ್ಮಾರ್ಗದಲ್ಲಿ!
ಕತ್ತಲೆ ಸರಿದು ಬೆಳಕು ಬಂದಿದೆ
ನಿನ್ನಯ ಕರುಣೆಯಲ್ಲಿ!

ಮಾಡುವೆ ನಿನ್ನಯ ಭಜನೆಯನ್ನು
ಕೊಡು ನೀನು ನನ್ನ ಮನಕೆ ಶಾಂತಿಯನು
ಸಾವಿರ ಭಕ್ತರ ಸಂಮುಖದಿ ನಡೆದಿದೆ,
ನಿನಗೆ ಅರ್ಚನೆಯು.!
ಭಕ್ತರ ನೋವು ನಿಗಿದೆ ನೀನು.
ಪ್ರೀತಿಯ ಬದುಕು ಕರುಣಿಸಿದೆಯೇನು.

ನೀನ್ನಯ ಒಲವಲಿ ಮಿಂದೇನು ನಾ!
ಹೆಸರನು ಪಠಿಸಿ ಬೇಡಿದೆ ನಾ!
ಯಾಕೋ ಇಂದು ಉಲ್ಲಾಸ್!
ನಿನ್ನ ಹೆಸರಲ್ಲಿಯೇ ಇದೇ ಆತ್ಮವಿಶ್ವಾಸ!

ಸಾವಿರ ನೋವಿಗೆ ಮದ್ದು ನೀ!
ಸುಂದರವಾದ ವಿದ್ಯೆಯು ನೀ!
ರುಚಿಸಿದೆ ರೊಟ್ಟಿ ನಿನ್ನಿಂದ!
ಸವಿದೆ ನಾನು ಸೊಬಗಿನಿಂದ!

ಬದುಕುವ ಆಸೆ ಭಗವಂತ
ನೀ ಕೊಟ್ಟಿರೋ ಭಿಕ್ಷೆ ಜೀವಂತ.!
ನಿನ್ನಯ ಪಾದಕೆ ನಮಿಸಿದೆ ನಾ.
ಕೋಟಿ ನಮನ ತಿಳಿಸಿದೆ ನಾ.

ಬದುಕುವ ಆಸೆ ಭಗವಂತ
ನೀ ಕೊಟ್ಟಿರೋ ಭಿಕ್ಷೆ ಜೀವಂತ.!
ನಿನ್ನಯ ಪಾದಕೆ ನಮಿಸಿದೆ ನಾ.
ಕೋಟಿ ನಮನ ತಿಳಿಸಿದೆ ನಾ.

10. ಓ ಯೇಸುವೇ

ಓ ಯೇಸುವೇ ನನ್ನ ಮೊರೆಯನು ಕೇಳಿಯ
ಬಳಲಿದ ಜೀವಕೆ ಆಸರೆ ಹಾಗೆಯೇ
ನಿನ್ನ ಪಾದಕೆ ನಮಸ್ಕರಿಸಿದೆ.
ನನ್ನನು ನೀನು ಆರಸೆಯ!

ಕಷ್ಟಗಳ ಸರಮಾಲೆಯಲಿ ನೊಂದು ಬೇಡಿದೆ!
ನನ್ನ ಕರೆಗೆ ನೀ ತೋರು ಕೃಪೆಯ.
ಜನದ ಜಂಗುಳಿಯಲಿ ನೋವು ಬಂದಿದೆ.!
ನನ್ನ ನೋವನು ನೀನು ನುಂಗೆಯ.
ಒಂಟಿ ಜೀವವು ಜೊತೆಯ ಬೇಡಿದೆ.
ಪ್ರೀತಿಯಲಿ ನೀ ಕರುಣಿಸೆಯ.
ಯಾಕೋ ಏನೋ ಹೀ ಮನಸು ಬಳಲಿದೆ!

ಈ ಜೀವಕೆ ಶಕ್ತಿ ನೀಡೆಯ.
ಆಸೆ ಹೋತ್ತು ನಾ ಪುಸ್ತಕ ಓದಿದೆ.
ವಿದ್ಯಾವಂತನ ನೀ ಮಾಡೆಯ.
ನೂರು ದಾರಿಯೇ ನನ್ನ ಮುಂದಿದೆ.
ಸರಿ ದಾರಿಯ ನೀ ತೊರೆಯ.!

ಪಾಪವೆಲ್ಲವು ಪುಣ್ಯವಾಗಲು ನಿನ್ನ ಕೂಗಿ.
ನಾ ಕರೆದೇ ಬಂದು ನಿಲ್ಲಿಯ.
ಓ ಯೇಸುವೇ ನಿನ್ನ ಬೇಡಿದೆ.
ನಿನ್ನ ಕಂದನ ಮನ್ನಿಸೆಯ.

11. ಬಣ್ಣದ ಹೂವು

ಆಸೆ ಎಂಬ ಬಣ್ಣದ ಹೂವು ಮಿಂಚುತ ಬಂತು!
ದುರಾಸೆ ಎಂಬ ಮುಳ್ಳಿನ ಗಿಡವ ತಂತು!
ಹೂವನು ಮೂಡಿದ ಹೆಣ್ಣಿನ ಸೆಳೆತ!
ನನ್ನ ಮನಸ್ಸಲಿ ಒಳಪಿನ ಕೊರೆತ!

    ಸುಂದರ ಹೂವಿನ ನಗೆಯವಳು,
    ಸಂಪಿಗೆ ಮುಡಿದು ಬಂದವಳು,
    ಪ್ರೀತಿಯ ಊಟ ಇಟ್ಟವಳು,
    ನನ್ನ ಎದೆಯ ಬಡಿತವೇ ನನ್ನವಳು!

ಕಾಣದ ಆಸೆ ಏಕೋ ದುರಾಸೆ!
ವಂಚಿಸಿ ಬಂತು ನನ್ನೆಡೆಗೆ.
ಪ್ರೀತಿಯ ಅಮಲು ನಗುವಿನ ಕಡಲು.

    ಬರಸೆಳೆದು ಬಂತು ನಂಕಡೆಗೆ,
    ಏಕೋ ಇಗೆ ಯೋಚಿಸುವಾಗಲೇ
    ಪ್ರೀತಿಯು ಬಳಿ ಬಂತು. !
    ನಾನೆ ಅವಳು ಸಂಪಿಗೆ ಮುಡಿದವಳು
    ನಿನ್ನಾಸೆಯು ಎಳು ನನಗೆ!

ಪ್ರೀತಿಯ ನೋವು ತಾಳದೆ ನಾನು,
ಹೇಳಿದೆ ಅವಳಿಗೆ ಹೈ ಲವ್ ಯು.
ನನ್ನಯ ಕರೆಗೆ ಹೋಗಟ್ಟು ಸಂಪಿಗೆಯಿಂದ.

ಉತ್ತರ ಬಂತು ನನಗೆ ಹ್ಯ ಹೇಟ್ ಯು.
ನೋವುನು ನುಂಗಿದೆ ಹೂವನು ಬೇಡಿದೆ!

ಪ್ರೀತಿ ಕೊಡುವೆಯ ನನಗಾಗಿ!
ಹೂವು ಹೇಳಿತು ನಾ ಮೂಡಿದ ಸಂಪಿಗೆ.
ನಿನ್ನಯ ಪ್ರಾಣವ ಕೇಳಿತು ವಿಷವಾಗಿ!

ಸಂಪಿಗೆ ಒಲವ ಹರಿಯಲು.
ಚೆಲುವ ಬಯಸಿದೆ ತನಗಾಗಿ!
ವಿಷದ ಹಾವು ವಂಚಿಸಿ ಬಂತು ಪ್ರಾಣವ ತೆಗಿಯುತು.
ಪ್ರೀತಿಯ ನೆನಪು ತಿಳಿಯುವುದೊರಳಗಾಗಿ!
ಸ್ನೇಹದಿ ಕರೆದು ಸಂಪಿಗೆ ಮುಡಿದು!
ಬಂದು ನನ್ನ ಕರೆದವಳೇ!

ಪ್ರೀತಿಯ ಹುಚ್ಚು ಹಿಡಿಸಿ ನನಗೆ
ಮೊಸಾದಿ ನನ್ನ ಕೊಂದವಳೇ!
ಆಸೆ ಎಂಬ ಕುದುರೆಯ ಹೇರಿ ದುರಾಸೆಯ
ಲಗಾಮಿಲ್ಲದೆ ಕುದುರೆಯ ಬಿಟ್ಟವಳೇ!

12. ಫಾದರ್ಸ್ ಡೇ

ಅಪ್ಪ ಎಂದರೆ ನನಗೆ ಅಕ್ಕರೆ.
ಪ್ರೀತಿಯ ಅಪ್ಪ ಜೀವನದ ಸಕ್ಕರೆ.
ತನ್ನ ನೋವಲು ನಲಿವಿನ ಪಾತ.
ಸೋತರು ಕೂಡ ಗೆಲುವಿನ ಆಟ.

ನನ್ನಯ ಮನದಿ ಮೊದಲ ಹೀರೋ!
ನಾ ಕಂಡ ಬದುಕಿನ ಸ್ಟಾರ್!
ತನ್ನಯ ಬುಜದಿ ಹೊತ್ತು ಸಾವರಿ.
ತೋರಿದ ನನಗೆ ಜೀವನ ದಾರಿ.

ಎಳು ಬಿಳಿನ ಪಯಣದಿ ಮುನ್ನೆಡಿಸಿ
ಸಾಗಿಸಿದ ನನ್ನ ಬದುಕನು ಸವಿಸಿ!
ಅಪ್ಪ ಎಂಬ ಪದದಿ ಪ್ರೀತಿ ಉಂಟು!
ಅವನೇ ನಮ್ಮ ಪರಿವಾರದ ನಂಟು

ನನ್ನಯ ಬದುಕಿಗೆ ಅವನೇ ಮುನ್ನುಡಿ.
ಅವನು ತೋರಿದ ಪ್ರೀತಿಯೇ ಕಿರುನುಡಿ.
ಸಾಗಿತು ಜೀವನ ಕಟ್ಟಿದ ಸೂರಡಿ.
ಪೂಜಿಸುವೆವು ನಾವು ಪ್ರೀತಿಯ ತೆರಡಿ.

ಅಪ್ಪ ಎಂದರೆ ನನ್ನಯ ಹೀರೋ!
ಅವನೇ ನನ್ನ ಬದುಕಿನ ಸ್ಟಾರ್!

ಪ್ರೀತಿಯ ನೆನಪಲಿ ಜಾತ್ರೆಯು ಜೋರು
ಹೊರಡೋಣ ನಾವು ಸೈಕಲ್ ಹೇರು.!

13. ಮಳೆ ಬಂತು ನೋಡ

ತಣ್ಣನೆ ಗಾಳಿ ಬಿಸ್ಯತೇ
ಮೋಡಗಳು ಚದುರಯತೇ.
ಮುಸುಕಾದ ಮೋಡ.
ಮಳೆ ಬಂತು ನೋಡ.

  ಮಿಚೊ್ಂದು ಮೂಡಿ,
  ಸಿಡಿಲೊಂದು ಬಡಿದು.
  ತೆಂಗಿನ ಸುಳಿಯನ್ನ ಸುಟ್ಟ್ಯತೆ,
  ಕುರಿ ಇಂಡು ಬಂದು ಬೆಚ್ಚ್ಯಯತೆ.!
  ಕುರಿಗಾಹಿ ಎದೆಯಲಿ ನಡುಕ,
  ಮರದಡಿಯ ಹನಿಯಿಂದ ಜಳಕ!
  ಮೈಲ್ಲೋಲ ನೆಂದು ಮರವೊಂದು ಬೆಂದು.
  ಕುರಿಗಾಹಿ ಮನವನ್ನ ಕೊಂದು.

ನೀರೆಲ್ಲ ಕಾಲುವೆ,
ತುಂಬಾ ಹರಿದ್ಯಾತೆ.!
ಕೆರೆ ತುಂಬಿ ಬಂದು,
ಕೋಡಿಯ ಹೊರಚಾಚಿ ಸೋರ್ಯತಿ.!

  ಪೈರೆಲ್ಲಾ ಹಸಿರು,
  ಹೊಲವೆಲ್ಲ ಕೆಸರು.!
  ರೈತನ ಮನದಲ್ಲಿ ಉಸಿರು,
  ಜೀವಂತವಾಗಿದೆ ಹೆಸರು.!

ದನಕರು ಮೆಯ್ಯುದ್ದಿ,
ಹಾಲ್ಲನ್ನ ಕರೆದು.
ಮನೆಗೆಲ್ಲ ಅಮೃತದ,
ಹಾಲು ನೀಡ್ಯತಿ.
ಮಳೆ ಬಂತು ನೋಡ,

ಬರವೋಯ್ತು ಹಾಡ.
ನೆಮ್ಮದಿಯ ಬದುಕು,
ಭರವಸೆಯ ಬೆಳಕು.
ಹಳ್ಳಿಯ ಜನರ,
ಮನದಲ್ಲಿ ಮೂಡ್ಯೆಯ್ತೀ. !

ಯುವಕರು ಕುಣಿದು,
ಕುಪ್ಪಳಿಸಿ ಬೆಳೆದ್ಯೃತಿ. !
ತಣ್ಣನೆ ಗಾಳಿ ಬಿಸ್ಯತೇ,
ಮೋಡಗಳು ಚದುರಯತೇ!
ಮುಸುಕಾದ ಮೋಡ,
ಮಳೆ ಬಂತು ನೋಡ!

14. ಮನಸ್ಸಿನ ಆಸೆ

ಮನಸ್ಸಿನ ಆಸೆ ಹೇಳಲು ಬಂದೆ.
ನನ್ನಯ ಕನಸಿಗೆ ನೀ ಬಂದೆ.
ನೂರೆಂಟು ತವಕವ ನೀ ಏಕೆ ತಂದೆ.
ಒಡಲಾದಲ್ಲಿ ಮುಚ್ಚಿಟ್ಟು ಕೊಂದೆ. !

ಪೀತಿಯ ಸೊಬಗು ಕನಸಿನ ಮೆರಗು.
ಮರೆತೋದೆ ನಾನು ನಿನ್ನಯ ಸೆರಗು.
ಸೊಬಗಿಗೆ ಜಾರಿ ಪ್ರೇಮವ ತೋರಿ.
ಬಳಿ ಬಂದೆ ನಾನು ಕುದುರೆಯ ಏರಿ.

ನಿಂತಲ್ಲೆಲ್ಲಾ ನೀನು ಕುಂತಲ್ಲಿ ನೀನು.
ಮನಸ್ಸನ್ನು ಕದ್ದೆ ಪೀತಿಯ ಗೆದ್ದೇ. !
ಯಾಕೋ ಏನೋ ನಿನ್ನಯ ತವಕ!
ಮನದಾಸೆಯನ್ನು ಏಳಲು ನಡುಕ!

ಎಳು ನೀ ಒಮ್ಮೆ ಪ್ರೀತಿಯ ಬಯಕೆ.
ಕೇಳುವೆ ನಾನು ದೇವರಿಗೆ ಅರಕೆ.
ಮರೆತೋದ ಆಸೆಪ್ರೀತಿಯ ದುರಾಸೆ!
ನೋಡುತ ನಿಂತೆ ಯಾರದು ಕನಸೇ!

ಕನಸ್ಸಲ್ಲಿ ಕಂಡೆ ನಿನ್ನಯ ಸ್ವಪ್ನ.
ಮನಸ್ಸಲ್ಲಿ ಬಂದು ಕಾಡಿದ ಸ್ವಪ್ನ.
ಬಾರೆ ಬಾಳಿಗೆ ಸುಂದರ ಕಾಡಿಗೆ.
ನನ್ನಯ ಆಸೆ ನೀನ್ನಿಟ್ಟು ಮಾಳಿಗೆ

ಮಾಳಿಗೆಯೂ ಸೋರಿ ಮಳೆಯಲ್ಲಿ ಜಾರಿ!
ನಾ ಕಂಡೆ ನನ್ನಯ ಸುಂದರ ಪೋರಿ!
ಬಾರೆ ನೀ ಚೆಲುವೆ ನಾ ಕಂಡ ಒಲುಮೆ.
ನಿನ್ನಯ ಪ್ರೀತಿಯಲ್ಲಿ ಈ ನನ್ನ ಕುಲುಮೆ!

15. ಕೆರೆ ತುಂಬಿ ಬಂತು

ಕೆರೆಯನ್ನ ನೋಡ ಕುಣಿದಾಡುವಾಸೆ!
ನಿನ್ನನ್ನ ಕಂಡು ಕುಣಿಯಿತು ಮನಸೇ!
ಕೆರೆ ಏರಿ ಮೇಲೆ ಬಂದವಳೇ,
ನೀರನ್ನ ಕಂಡು ನಿಂತಾವಳೇ.
ನೀರಲ್ಲಿ ಮಿಂದು ನನ್ನನ್ನ ಕಂಡು ನಕ್ಕವಳೆ. !

    ನಿನ್ನನ್ನ ನೋಡಿ ಸೊಬಗನ್ನ ಬೇಡಿ.!
    ಹಸಿರುಟ್ಟು ಮೈತುಂಬಾ ನಿಂತಾವಳೇ.
    ನನ್ನಾಸೆ ನೀನು ಕನಸೆಲ್ಲಿ ಜೇನು.!
    ಹಾಲಜೇನಿನಂತೆ ಕಂಡವಳೇ!

ನೀನು ತುಂಬಾ ಕೆಂಪು ಮುಖವೆಲ್ಲಾ ಬಿಳಿಪು!
ನೋಡುಲು ಸೋಂಪು ನೀ ಹರಿದ ಕಂಪು.
ಜಾರುತ್ತಾ ಕೆರೆ ಏರಿ ಹರಿದವಳೇ.
ಕಾಲುವೆಯಲಿ ಹರಿದು ಒಲವೆಲ್ಲಿ ತೊಯ್ಯು.
ಮನದಲ್ಲಿ ಹಸಿರು ನೀನುಟ್ಟ ಪಸಿರು.

    ಪ್ರೀತಿಯ ಹೆಸರ ಜೀವದ ಉಸಿರು.
    ನನ್ನನ್ನ ಕೊಚ್ಚಿ ಮನದಲಿ ಚಚ್ಚಿ ನಡೆದವಳೇ!
    ಪ್ರೀತಿಯಲಿ ಕಚ್ಚಿ ಹಸಿರನ್ನ ಬಿತ್ತಿ ಹೋರಾಟವಳೇ!
    ಮದಗದ ಕೆರೆಯಲ್ಲಿ ನೊರೆ ಹಾಲಿನಂತೆ.
    ನನ್ನನ್ನ ನೋಡಿ ಕಣ್ಣನ್ನ ತಿರುಗಿಸಿ ನಕ್ಕವಳೇ!

16. ಹುಡುಗ ನೀನು

ದಾರಿಯಲೇ ನಾ ಕಂಡೆ ಒಬ್ಬ ಹುಡುಗ.
ನಡೆದಾನೆ ಇವನು ಕೊನೆಯ ತನಕ.
ಮನದಲ್ಲಿ ನೊಂದು ಕನಸನ್ನು ಕೊಂದು.
ಒಲವಲ್ಲಿ ಮಿಂದು ದಡದಿ ಬೆಂದು.

ಮನಸ್ಸಲಿ ಭಾರ ಹೊತ್ತು ನಡೆದ ದೂರ.
ಸುಂದರ ಹುಡುಗಿಯು ಕೊಟ್ಟ ನೋವಿನ ತೀರ!
ಕಡಲಲ್ಲಿಲ್ಲಿ ಬಂದು ನೋವಲ್ಲಿ ಮಿಂದು.
ಮನಸಿನ ಆಸೆಯ ಹೊಡಲಲ್ಲಿ ಕೊಂದು!

ಹುಟ್ಟಿತು ಆಸೆ ನೀನ್ನನ್ನು ನೋಡುವ ಮನಸೇ.
ನೋಡಿದಾಗ ಏಕೋ ಸುಂದರ ಕನಸೇ.
ನೀ ಹೇಳಿದ ಮೇಲೆ ಸುಂದರ ಕಡಲೆ.
ಮರೆಯುವ ಮುಂಚೆ ಸುಂದರ ಒಡಲೇ.

ನೋವ್ಯೋಲ್ಲಿ ಕೂಡ ತೀರದ ಬಯಕೆ.
ಕಂಡ ಕನಸಿಗೆ ಸೋಲಿನ ಅರಕೆ.
ಸಾವಲ್ಲೂ ಕೂಡ ಸೇರುವ ಕನಸೇ.
ನನ್ನಯ ಮನಸಿಗೆ ನಿನ್ನಯ ಸೊಗಸೇ

ಪ್ರೀತಿಯ ಆಸೆ ಹೇಳಲು ಹೊರಟೆ.
ನನ್ನಯ ಪ್ರೀತಿಯು ಸುಂದರ ಅರಟೆ.

ಪ್ರೇಮದಿ ಅರಳಿದ ಸುಂದರ ಕವನ,
ನಿನಗಾಗಿ ಸೋತಿದೆ ನನ್ನ ಈ ನಯನ!

47

17. ನಮ್ಮ ಸ್ವಾತಂತ್ರ್ಯ

ಆಳಿದ ದೊರೆಗಳು ಹಳಿದ ಮೇಲೆ.
ಬಂದಿತು ನಮಗೆ ಸ್ವಾತಂತ್ರ್ಯ.!
ಕೆಚ್ಚೆದೆಯ ವೀರರು ಸುರಿಸಿದ,
ರಕ್ತಕೆ ಬಂದ ಸ್ವಾತಂತ್ರ್ಯ.

ಶಾಂತಿಯ ಮಂತ್ರ ಪಟಿಸಿದ,
ನಮಗೆ ಸಿಕ್ಕ ಸ್ವಾತಂತ್ರ್ಯ!
ಇಂಗ್ಲೀಷರು ದೇಶ ಬಿಟ್ಟು ಮೇಲೆ,
ಒಲಿದಿದೆ ನಮಗೆ ಸ್ವಾತಂತ್ರ್ಯ!

ಅದುವೇ 1947 ನೇ ಆಗಸ್ಟ್ 15ರ ಸ್ವಾತಂತ್ರ್ಯ.
ಧರ್ಮಗಳು ಬೇರೆ ದೇವರುಗಳು ಬೇರೆ.
ನಾವೆಲ್ಲಾ ಒಂದೇ ಎಂದು,
ಜೀವಿಸುತ್ತಿರುವ ಸ್ವಾತಂತ್ರ್ಯ!
ಜಾತಿಗಳು ನೂರು ಬಾಷೆಗಳ ತವರು.

ಇದ್ದರು ಇಲ್ಲಿ ಸಮಾನತೆಯ ಸ್ವಾತಂತ್ರ್ಯ!
ಸಿರಿತನವಿದ್ದರೂ ಬಡತನ ಬಂದರು.
ಕಲೆತು ಬೆರೆಯುವ ಸ್ವಾತಂತ್ರ್ಯ.
ಮೇಲು ಕೀಳು ನಮ್ಮೆಯ ಗೋಳು,
ಮರೆತು ಕುಣಿಯುವ ಸ್ವಾತಂತ್ರ್ಯ.

ಅಜ್ಞಾನವ ಅಳಿಸಿ ವಿಜ್ಞಾನವ ಬೆಳಸಿ.
ಪರಿಸರ ಉಳಿಸಿ ಯುವಜನತೆಯ,

ಸುಂದರ ಸ್ವಾತಂತ್ರ್ಯ.
ದೇಶದ ಯುಕ್ತಿ, ಸೈನಿಕನ ಶಕ್ತಿ.

ಮುನ್ನೆಡಿಸಿ ನಲಿಯುತಿಹಾ ಸ್ವಾತಂತ್ರ್ಯ.
ರೈತನು ಶ್ರಮಿಸುತ ಅನ್ನವ ನೀಡುತಾ,
ಕಾರ್ಮಿಕ ದುಡಿಯುತ.
ಜೀವನವ ಸಾವೇಸುತ,

ಚಲದಲಿ ಬದುಕುವ ಸ್ವಾತಂತ್ರ್ಯ!
ದೇಶದ ಹೆಸರು ಬಾಹ್ಯಕಾಶದಲ್ಲಿ
ರಂಜಿಸುತ್ತಿರುವ ಸ್ವಾತಂತ್ರ್ಯ!
ಸಾಗಿದೆ ನಮ್ಮ ಆಂದ ಚೆಂದದ
75 ರ ಭಾರತ ಸ್ವಾತಂತ್ರ್ಯ.!

18. ಪುಸ್ತಕ

ಬರೆದೇನು ನಾನು ಪುಸ್ತಕವ.
ನೋಡಿ ಬಿಡುಗಡೆ ಸಂಭ್ರಮವ.
ವಿಷಯವು ರಾಸಾಯನಶಾಸ್ತ್ರ.
ತೆರೆದಿದೆ ಕೆಮಿಕಲ್ಸ್ ಸೂತ್ರ.

    ಮೋಲ್ ಪ್ರಮಾಣವನ್ನ ಹೊಂದಿಸಿ.
    ದುಂಡಾದ ಗಾಜಿನ ಫ್ಲಾಸ್ಕಲಿ ಸೇರಿಸಿ.
    ಅಣು ಅಣುಗಳು ಬೆರೆಯುವ.
    ಪ್ರೇಮ ಪತ್ರವನ್ನ ತೋರಿಸಿ.

ಪರಮಾಣು ಗಳು ಕೂಡಿ ಅಣುಗಳು,
ಅಣುಗಳು ಕೂಡಿ ಸಂಯುಕ್ತ.
ಒಂದಕೊಂದು ಡಿಕ್ಕಿ ಒಡೆದು,
ಹುಟ್ಟಿತು ಉತ್ಪನ್ನ ಒಂದೂ.

    ವೈದ್ಯರ ಬಳಿ ಬಂದೆ.
    ನೋವನು ಹೊತ್ತು ತಂದೆ.
    ಬಿಸಿಯು ಸರಿಯಿತ್ತು ಎನಗೆ,
    ಜ್ವರದ ಕೊರೆತ ಕೊನೆಗೆ.

ಓಷಧಿ ಗುಣವಿರುವ ಮಾತ್ರ,
ನುಂಗಲು ರೋಗಿಗಳ ಜಾತ್ರ!
ಕಾಯಿಲೆ ಗುಣವಾಯಿತು,
ದೇಹವು ಹಗುರಯಿತು.

ಬರೆದೇನು ನಾನು ಪುಸ್ತಕವ.
ನೋಡಿ ಬಿಡುಗಡೆ ಸಂಭ್ರಮವ.
ಓದಿ ತಿಳಿಯಿರಿ ರಸಾಯನಶಾಸ್ತ್ರ.
ಅಣುಗಳು ಡಿಕ್ಕಿ ಯ ತಂತ್ರ,
ಉತ್ಪನ್ನ ಸಂಬ್ರಾಮಿಸುವ ಮಂತ್ರ.

19. ನನ್ನವಳು

ನನ ಮನಸು ಹೇಳುತಿದೆ ನೀ ನನಗೆಂದು.
ಬರುತಿದೆ ನೆನಪು ನೀ ನನ್ನವಳೆಂದು.
ಆಕಾಶದಿ ನಕ್ಷತ್ರ ನೀನಾದೆ.
ಹುಣ್ಣಿಮೆಯ ಚಂದ್ರನ ಬೆಳಕಾದೆ!

ಸುಡುವ ಸೂರ್ಯನ ಕರಗಿಸಿದ ಒಲವಾದೆ.
ನನ್ನಯ ಮನಸ್ಸಿನ ಪ್ರೀತಿಯ ಕಣ್ಣಾದೆ.
ಬಾಳಲಿ ಬಂದ ಸಿಹಿಗನಸು,
ನಿನಗಾಗಿ ಕಾಯುತಿದೆ ಹೊಂಗನಸು.

ಮೌನದ ಮಾತು ಒಲವ ಹೇಳಿದೆ,
ನಿನ್ನಯ ನೆನಪು ನನ್ನ ಕಾಡಿದೆ.
ಬಯಕೆ ನೂರೆಂಟು ಕತೆಯ ಹೇಳಿದೆ,
ಸುಡುವ ಬಿಸಿಲಿಗೆ ನಾನು ಬಳಲಿದೆ.

ನೀನೇ ನನ್ನವಳೆಂದು ಮನವು ಹೇಳಿದೆ.
ಯಾಕೆ ಕಾಡುವೆ ನನ್ನ ಒಲವೇ.
ಒಮ್ಮೆ ಎಳೆಯ ನಾನೆ ಚೆಲುವೆ.
ನನಗಾಗಿ ಬಂದ ಪ್ರಿಯಾ ವರವೇ

ಹಾಡಲಿ ಬಂದ ನನ್ನ ಸ್ವರವೇ.
ಮೌನದ ಮಾತು ನುಡಿಯಾಯಿತು.
ಪ್ರೀತಿಯ ಜ್ವರವು ಬಂದಾಯಿತು.

ನೀ ನನ್ನವಳೆಂದು ತಿಳಿದಾಯಿತು.
ಯಾಕೋ ಏನೋ ಮನಸಾಯತು.

20. ಗುರು ನೀನು ಗುರಿ ಏನು

ಬದುಕೆಂಬ ದಾರಿಯಲಿ,
ಬೇಕು ನಮಗೆ ಶಿಕ್ಷಕ.
ವಿದ್ಯೆ ಕಲಿಸಿ ಜೀವನವನ್ನೇ.
ತೋರಿಸುವ ನಮ್ಮ ರಕ್ಷಕ,

ಬದುಕಿನ ಮೊದಲ ಗುರು ತಾಯಿ.
ಜೀವನದ ಮೊದಲ ನಡೆ ಅಪ್ಪ.
ಶಾಲೆಯ ಕನಸುಗಳ ದೀಪ.
ನಮ್ಮ ಜ್ಞಾನದ ಸ್ವರೂಪ ಶಿಕ್ಷಕ!

ಬೆಳೆದ ನಮ್ಮ ಕೀರ್ತಿ.
ನಾವು ಪಡೆದ ಪ್ರೀತಿ.
ನಮ್ಮ ನಡೆಯ ಕ್ರಾಂತಿ,
ನನ್ನ ಮನದ ಸ್ಫೂರ್ತಿ.

ಬೆಳೆಸೋ ಗುರುವೇ ಶಿಕ್ಷಕ.
ಕಲ್ಲು ಮುಳ್ಳಿನ ದಾರಿಯಲ್ಲಿ,
ನೋವು ದುಃಖ್ಖಿದ ಬೇಲಿಯಲಿ.
ಗೊತ್ತು ಗುರಿ ಇಲ್ಲದ ಹಾದಿಯಲ್ಲಿ,
ದಾರಿ ದೀಪವೇ ನಮ್ಮ ಶಿಕ್ಷಕ!

ಊರು ಊರು ಸುತ್ತಿ,
ಕನಸುಗಳ ಹೊತ್ತು

ಜೀವನದಿ ಬೇಸತ್ತು,
ಮಾಡುವಾಗ ಕಸರತ್ತು.

ಮೊನ್ನೆಡೆಸುವ ನಮ್ಮ ಗುರುವೇ ಶಿಕ್ಷಕ!
ಬಾಳ ನೋಗವ ಹೊತ್ತು,
ಪ್ರೀತಿ ನಗುವ ಬಿತ್ತು.
ತೆರೆದ ಮನದ ಮುತ್ತು.
ನಮ್ಮ ಹೃದಯದ ಸ್ವತ್ತು ಶಿಕ್ಷಕ!

21. ನನಗಾಗಿ ನೀನು

ಕಣ್ಣಲ್ಲಿ ಕೂಡಿಟ್ಟ ಕಣ್ಣೀರೇ ನೀನು.
ಮನಸಲ್ಲಿ ಬಚ್ಚಿಳ ಒಲವಿನ ಜೇನು.
ಸೌಂದರ್ಯದ ಪ್ರಕೃತಿಯೇನು,
ಮಾಡಿಲ್ಲಲ್ಲಿ ಮುಚ್ಚಿಟ್ಟು ಕೆಂಡವೆ ಬಾನು!

 ನನಗಾಗಿ ದರೆಗಿಳಿದ ಮಳೆಹನಿಯೇ ನೀನು.
 ಕಾರ್ಮೋಡ ಕವಿದಾಗ ನಾ ಕಂಡ ಮಿಂಚಂದೆ ನೀನು.
 ಆಗಸದಿ ನಕ್ಷತ್ರ ಒಳೆದಂತೆ ಮಿನುಗುವ ಬಾನು.
 ಬಂಗಾರದ ಗಣಿ ನೀನು

ಬಾಯಾರಿಸೋ ಕಲ್ಪವೃಕ್ಷವೇ ಹಾಲಜೇನು.
ಗೋಮಾತೆ ಸುರಿಸುವ ಅಮೃತವೇ ನೀನು.
ವಿಸ್ಮಯವ ನಾ ಕಂಡು ಮೂಕನದೆ ನಾನು.
 ನಗುವಾಗ ಬೆಳಕಿನ ಹಲ್ಕೋರೆಯೇ ನೀನು.

 ಗಮಗಾಮಿಸೋ ಶ್ರೀಗಂಧವೆ ನೀನು.
 ಮುಂಜಾನೆಯಲ್ಲಿ ಮಂಜಾದೆ ನೀನು.
 ಕಡಲಡಿಯ ಒಳೆವ ಮುತ್ತಾದೆ ನೀನು.
 ನಸುನಕ್ಕ ನೋಟವ ಬೀರುವ ಹೂವದೇ ನೀನು.

ಮನಬಿಚ್ಚಿ ಮೈತುಂಬಿ ಹರಿವ ಜರಿಯೇನು.
ಬಣ್ಣದಲ್ಲಿ ಮಿಂಧೇದ್ದ ಕಾಮನಬಿಲ್ಲಾದೆ ನೀನು.
ಸುರಿವ ಮಳೆಗೆ ಕೊಡೇಯಾದೆ ನೀನು.

ಒಲವಿನ ನೆನಪಿಗೆ ನೆಲೆಯಾದೆ ನೀನು,
ನಿನ್ನಯ ಅಂಧಕೆ ಬೆರೆಗಾದೆ ನಾನು!

22. ಅತಿಸರ್ಗ

ಸವಿನೆನಪಿನ ಅತಿಸರ್ಗ!
ಗೆಳೆಯರ ಬೀಳ್ಕೊಡುಗೆಯ ಸ್ವರ್ಗ!
ಅಳಿಯದ ನೆನಪು.
ಮಾತುಗಳ ಮೆಲುಕು.
ಕಳೆದ ಕ್ಷಣಗಳ ಹೊಳಪು.
ಕಲೆತು ಕೂಡಿ.
ಬೆರೆತು ಆಡಿ.
ಸವಿಬೆಳಕಿನ ಮೋಡಿ.

ಮನಸ್ಸುಗಳ ಮುದಗೊಳಿಸಿ,
ಗೆಳೆತನವ ಅದಗೊಳಿಸಿ.
ಅಂದವ ತಿದ್ದಿ ತೀಡಿ,
ಕಳೆದ ಎರಡು ವರ್ಷ.
ತಂದ ಹೊಸಬಗೆಯ ಹರುಷ.

ಹೋಗುವಾಗ ನೋವು.
ಬೇರೆತ ಹೃದಯದ ಕಾವು.
ಕೂಡಿ ನಲಿದರೆ ಗೆಲುವು.
ಈ ಅತಿಸರ್ಗದ ಒಲವು.

ಹೇಳೋಣ ಗೆಳೆಯರಿಗೆ ಬಾಯ್!
ಮತೊಮ್ಮೆ ಸಿಕ್ಕಿದಾಗ ಹಾಯ್!

ಕೂತು ಕುಡಿಯೋಣ ಒಮ್ಮೆ ಚಾಯ್!
ಮತೊಮ್ಮೆ ನಿಮಗೆ ಅತಿಸರ್ಗದ ಹಾಯ್ ಬಾಯ್!

59

ಕೂತು ಕುಡಿಯೋಣ ಒಮ್ಮೆ ಚಾಯ್!
ಮತೊಮ್ಮೆ ನಿಮಗೆ ಅತಿಸರ್ಗದ ಹಾಯ್ ಬಾಯ್!

23. ನಿನ್ನ ಕಣ್ಣ ನೋಟ

ಕನ್ಯೆ ನಿನ್ನ ಕಣ್ಣ ನೋಟ,
ಇಡಿಸಿತು ನನಗೆ ಮಾಟ.
ಪ್ರೀತಿ ಎಂಬ ಪದದಿ ಆಟ,
ಹೇಳಿತು ನನಗೆ ಪಾಠ.

ಯಾಕೋ ಏನೋ ಮುರಿದ ಮೌನ,
ಕಾಡಿತು ನನ್ನ ಧ್ಯಾನ!
ಮನಸ್ಸು ತುಂಬಾ ನಿನ್ನ ಬಡಿತ!
ಒಲವಿನಲ್ಲಿ ನಿನ್ನ ತುಡಿತ!

ಕನಸಿನಲ್ಲಿ ನೀ ಬಂದೆ,
ಪ್ರೀತಿಯನು ಹೊತ್ತು ತಂದೆ.
ಮನಸ್ಸಿನಲ್ಲಿ ತುಂಟ ನಗುವು,
ನೀ ತಂದ ಪ್ರೀತಿ ಒಲವು.

ಹೃದಯದಿ ಬಂದ ಒಲವು,
ನೀ ತಂದ ಮನದ ಗೆಲುವು.
ಮನದ ಹೊಳಪು ನೀನು,
ಸೌಂದರ್ಯದ ಗಣಿ ನೀನು!

ಚಿಂತೆ ಏಕೆ ಓ ಒಲವೇ,
ಕಣ್ಣೀರು ನಿನಾಗಾಗಿ ಆಲವೇ.
ಸ್ವರದಲ್ಲಿ ರಾಗ ಮೌನ,
ಮಿಡಿದಿದೆ ನಿನ್ನ ಗಾನ!

24. ಕನ್ನಡತಿಯೇ ನೀನು

ಕನ್ನಡತಿಯೇ ನೀನು,
ಪ್ರೀತಿಯ ಹಾಲು ಜೇನು.
ಮೌನದ ಮುತ್ತು ನೀನು,
ನನ್ನಯ ಸಿಹಿ ಮೀನು!

ಹೇಳಲು ನಿನ್ನ ಹೆಸರು,
ಒಲವೇ ನನ್ನ ಉಸಿರು.
ಕನ್ನಡತಿಯಾಗಿ ನಗುವು,
ತೋರುತ್ತಿದೆ ಒಲವು!

ಪ್ರೇಮವನ್ನು ಹೊತ್ತು ತಂದೆ,
ಪ್ರೀತಿಯನ್ನು ಬಿತ್ತಿ ಬಂದೆ.
ಮನಸ್ಸಲೆಕೋ ನಿನ್ನ ಮಿಡಿತ,
ಹೃದಯದಲ್ಲಿ ನಿನ್ನ ಬಡಿತ!

ಕನ್ನಡತಿಯ ಪ್ರೀತಿ,
ತೋರಿದ ಒಲವ ರೀತಿ.
ನುಡಿವ ಮಾತು ಮುತ್ತು,
ಮಳೆಯಲಿ ನೆನೆದ ಹೊತ್ತು!

ಹೃದಯದಲ್ಲಿ ನಿನದೆ ಧ್ಯಾನ,
ಬಳಿಗೆ ಬಂದ ಸುಂದರ ಮೌನ!

ಓ ನನ್ನ ನನ್ನ ಬೊಂಬೆ,
ಪ್ರೇಮದಲ್ಲಿ ಮಧುರ ಗೊಂಬೆ!

25. ನೀನೇ

ಮನದಾಸೆ ನೀನೇ ಓ ನನ್ನ ಚೆಲುವೆ.
ನನ್ನನು ನೋಡಿ ನೀ ಏಕೆ ನಗುವೇ.
ಸುಡುವ ಕನಸು ತೆರೆದಿದೆ ಮನಸು.
ಬಳಿ ಬಂದು ಯಾಕೋ ಕರೆದಿದೆ ವಯಸ್ಸು.

ಹಸಿಗನಸು ನಿನ್ನದು ಹೊಂಗನಸು ನನ್ನದು,
ಆಸೆಯ ಬಿತ್ತಿದ ಪ್ರೀತಿಯ ಮೆತ್ತಿದ.
ಸಿಹಿಗನಸು ನಮದು.
ಕಣ್ಸನ್ನೆಯಲಿ ಮೋಡಿ ನೆನಪನು ಬರಮಾಡಿ.
ನಾವಿಬ್ಬರು ಜೊತೆಗೂಡಿ ಸಾಗುವ ನವಜೋಡಿ.

ತೀರಿದ ದಾಹಕೆ ನೀರು ನಿನಾದೆ.
ಸುಡುವ ಮನಸ್ಸಿಗೆ ತಂಗಾಳಿಯಾದೆ.
ಮುಳುಗುವ ದೋಣಿಗೆ ನಾವಿಕನಾದೆ.
ದೂರದ ಊರಿಗೆ ಪಯಣಿಕ ನಾನಾದೆ!

26. ನೀ ಬಾರೆ

ಒಲವ ಆಸರೆ,
ಜೊತೆಗೆ ನೀ ಇರೆ
ಬಳಿ ಬಾರೆ!

ಪ್ರೀತಿಯ ತೆರನು
ಕಟ್ಟಿಹೆ ನಿನಗಾಗಿ
ಕುರು ಬಾರೆ!

ಮುದ್ದಾದ ಮೂಗುತಿ
ನೀ ಇಟ್ಟ ಹಾಗಿದೆ
ಓಹೋ ಬಾರೆ!

ನಿನ್ನಯ ನೆನಪು
ನನ್ನನ್ನು ಕಾಡಿದೆ
ಒಮ್ಮೆ ಮೊಗವ ತೋರೆ!

ಕಣ್ಣಿನ ಕಾಡಿಗೆ
ನನ್ನನ್ನು ಕೂಗಿದೆ
ನಗುವ ಬೀರೆ!

ಎತಕೆ ಸುಮ್ಮನೆ
ಹುಸಿಕೋಪ ನನ್ನಲ್ಲಿ
ಒಮ್ಮೆ ಬಾರೆ!

ನೀ ನಕ್ಕ ಕೊಡಲೇ
ಮಿಂಚೊನ್ನ ಬಿದ್ದಾನಂಗೆ
ಹೊಡಿ ಬಾರೆ!

ನೆನಪಲ್ಲಿ ನಿನ್ನನೇ
ಕೂತಿಹೆ ಸುಮ್ಮನೆ
ಹೃದಯ ತೊರೆ1

27. ದೂರಾದ ಮನಸು

ದೂರವಾಯಿತೇಕೆ ಮನಸು,
ಕಣ್ಣ ನೀರು ಕಾಣೋ ಒಳಗೆ.
ಒಲವು ಕಂಡ ನೋವ ಬೆಸುಗೆ,
ಮಿಂಚಿ ಹೋಯ್ತು ಬಂದು ಹಾಗೆ!

ಕನಸಿನಲ್ಲಿ ಕಂಡ ನೆನಪು,
ಗಾಳಿಯಲ್ಲಿ ತೇಲಿ ಹೋಯ್ತು!
ನನ್ನ ಕಟ್ಟಿದ ಪ್ರೀತಿ ಗೋಪುರ,
ನೀರಿನಲ್ಲಿ ಕೊಚ್ಚಿ ಹೋಯ್ತು.

ಮನದ ತುಂಬಾ ಬರಿ ಗಾಯ!
ಹೊತ್ತು ತಂದ ಒಲವೇ ಮಾಯ,
ಒಡಾಲ್ಲಲ್ಲಿ ಕಿತ್ತು ತಿಂತು,
ಅರಿಯದೇನೆ ಹಾರಿ ಬಂತು.

ಮನಸ್ಸು ತುಂಬಾ ನಿನದೆ ಧ್ಯಾನ,
ಮರೆತ ಮಾತು ಯಾಕೋ ಮೌನ.
ದೂರದ ಊರಿಗೆ ನನ್ನ ಪಯಣ,
ಸಾಕು ಇನ್ನು ಪ್ರೀತಿ ಕೊಂದ ವರುಣ.

ಒಲವಲಿ ಏಕೋ ಮನಸು ಬಾರ.
ನಿನ್ನ ಒಲವು ನನಗೆ ದೂರ.
ಸಾಕು ಇನ್ನು ನೋವ ಘಳಿಗೆ,
ಸೋರುತಿಹ ಪ್ರೀತಿ ಮಳಿಗೆ!

ದೂರವಾಯಿತೇಕೆ ಮನಸು.
ಕಣ್ಣ ನೀರು ಕಾಣೊಬಳಗೆ,
ಒಲವು ಕಂಡ ನೋವ ಬೆಸುಗೆ.
ಮಿಂಚಿ ಹೋಯ್ತು ಬಂದು ಹಾಗೆ!

ದೂರವಾಯಿತೇಕೆ ಮನಸು.
ಕಣ್ಣ ನೀರು ಕಾಣೊಬಳಗೆ,
ಒಲವು ಕಂಡ ನೋವ ಬೆಸುಗೆ.

28. ಮೌನದ ಕವಿತೆ

ಮರೆತರೆ ಹೇಗೆ ಮೌನದ ಕವಿತೆ,
ಪ್ರೀತಿಯ ಕೊಟ್ಟ ನಲ್ಮೆಯ ವನಿತೆ.
ಸುಂದರ ನೋಡು ನಿನ್ನಯ ಚೆಲುವು,
ನಗುತಿದೆ ಏಕೋ ನೋಡಿ ಒಲವು.

ಕಣ್ಣಿನ ಕಾಡಿಗೆ ತೀಡಿದ ಚಂದ್ರ,
ನಿನ್ನ ನೋಟಕೆ ಸೂರ್ಯನೇ ಬೆಂದ.
ಮುಂಗುರುಳೇಕೋ ಮುದ್ದಾದ ಹಾರ,
ಕೆನ್ನೆಯು ಹಾಗೆ ಡಿಂಪಲ್ ಸುಂದರ.

ಆಸೆಯ ಹೊತ್ತು ಬಳಿ ನಾ ಬಂದೆ,
ನೀನು ನನ್ನಲಿ ನೂರಾಸೆಯ ತಂದೆ.
ಮೌನದಿ ನೀನು ನುಡಿವೆಯ,
ರಾಗಕೆ ಮಿಡಿದ ಶ್ರುತಿಯು ಸವಿಮಯ!

ಒಲವಲಿ ಏಕೋ ಮಿಡಿದಿದೆ ಹೃದಯ,
ಜೀವನ ತಂದ ಜೇನಿನ ಸವಿಯ.
ಸುಂದರವಾಲ್ಮವೇ ಈ ಸವಿಗನಸು,
ಪ್ರೀತಿಯ ಬಾರಕೆ ಮಿಡಿದಿದೆ ಮನಸು!

ನಿನ್ನಯ ಸಲುಗೆ ಸುಂದರ ಕನಸು,
ದಣಿದಿದೆ ಏಕೋ ಈ ವಯಸ್ಸು!
ಒಲವು ಒಂದೂ ಬಿಂಬದ ಮಾಯೆ
ಮರೆತರು ಹೋಗದ ನಿನ್ನಯ ಛಾಯೆ!

ಮರೆತರೆ ಹೇಗೆ ಮೌನದ ಕವಿತೆ,
ಪ್ರೀತಿಯ ಕೊಟ್ಟ ನಲ್ಮೆಯ ವನಿತೆ!
ಸುಂದರ ನೋಡು ನಿನ್ನಯ ಚೆಲುವು,
ನಗುತಿದೆ ಏಕೋ ನೋಡಿ ಒಲವು!

ಮರೆತರೆ ಹೇಗೆ ಮೌನದ ಕವಿತೆ,
ಪ್ರೀತಿಯ ಕೊಟ್ಟ ನಲ್ಮೆಯ ವನಿತೆ!
ಸುಂದರ ನೋಡು ನಿನ್ನಯ ಚೆಲುವು,
ನಗುತಿದೆ ಏಕೋ ನೋಡಿ ಒಲವು!

29. ಬಣ್ಣದ ಚಿಟ್ಟೆ

ನನ ಮನದಲಿ ಏಕೋ ನೀನೇ ತುಂಬಿರುವೆ.
ಕನಸಲಿ ಬಂದು ನನ್ನ ಕಾಡಿರುವೆ.
ಎದೆಬಡಿತವೇ ನೀನು,
ನನ ಮನಸಿನ ಮಿಡಿತವೇ ನೀನು.
ನೀ ಸಿಗದೇ ಇನ್ನು ಪರೀತಪಿಸಿದೆ ನಾನು.

ನೀ ಮುಗಿಯದ ಮೌನ.
ನಾ ಬರೆದೇನು ಕವನ.
ನಿನ ಸೇರುವ ಮುನ್ನ.
ಈ ನಲಿವಿನ ಹಾಡು,
ಒಮ್ಮೆ ನೀ ಕಲೆತು ನೋಡು.

ನೀ ಬಣ್ಣದ ಚಿಟ್ಟೆ,
ನಾ ಮನಸ್ಸನು ಕೊಟ್ಟೆ.
ನನ್ನ ಬದುಕನು ಸುಟ್ಟೆ.
ನೀ ಹೂವಿನ ದುಂಬಿ.
ಮೋಸವೊದೆ ನಾ ನಿನ್ನ ನಂಬಿ.

ಈ ಜೀವನ ಪಯಣ,
ಬರಿ ನೋವಿನ ದರ್ಪಣ.
ನೀ ಮನದಲಿ ಬಂದೆ,
ನನ ಒಲವನು ಕೊಂದೆ.

ಬಡಪಾಯಿ ಹೃದಯದಿ,
ಎದೆ ಬಡಿತವೇ ಹಾಡು.
ತಿರುಗಿ ಒಮ್ಮೆ ನನ್ನನು ನೋಡು.
ಏಗಿದೆ ನನ್ನ ಈ ಒಂಟಿ ಪಾಡು.
ಕನಸಿನ ಹಾದಿಯಲಿ,
ನೀ ಒಲವನು ಕೊಟ್ಟೆ.

ಬೇರೆತೊಗೊ ಮುನ್ನ!
ನೀ ಮನಸ್ಸನ್ನು ಸುಟ್ಟೆ.
ನೀ ಸುಂದರ ಕಡಲು.
ನಾ ಅಲೆಗಳ ಮೇಲೆ ತೇಲುವ ದೋಣಿ,
ಅ ಗಾಳಿಗೆ ಸಿಕ್ಕ ದೋಣಿಯೇ.

ನೋಡು ಈ ನೀರಿನ ಅಮಲು,
ನೀ ನನ್ನಯ ಕನಸು.
ನೀ ಬಂದರೆ ಸೊಗಸು.
ನೀ ಇರದೇ ಏಕೋ ನನ್ನಲಿ ಮುನಿಸು.
ನಿನಗಾಗಿ ಈಗ ಸುಡುತಿದೆ ವಯಸು.

ನೀ ಸುಂದರ ಮೀನು.
ನಾ ಬಲೇ ಎಣೆಯುವೆ ನಾನು.
ನೀ ಬಿದ್ದರೆ ನನಗೆ ಕಡಲಮುತ್ತೆ ನೀನು.
ನೀ ಇರದೇ ಏಗೆ ಇರಲಿ ನಾನು!
ನೀ ಬಣ್ಣದ ಚಿಟ್ಟೆ.
ನಾ ಮನಸ್ಸನು ಕೊಟ್ಟೆ,
ನನ್ನ ಬದುಕನು ಸುಟ್ಟೆ.

ನೀ ಹೂವಿನ ದುಂಬಿ,
ಮೋಸವೊದೆ ನಾ ನಿನ್ನ ನಂಬಿ!

30. ಕಾವಲು ನಾನಾದೆ

ಕನಸಿನ ಊರಿಗೆ ಕಾವಲು ನಾನಾದೆ,
ಹೃದಯದ ಬೀದಿಗೆ ತೇರು ನಿನಾದೆ.
ಒಲವಿನ ಜಾತ್ರೆಗೆ ನಾನು ಬೇರಗಾದೆ,
ನಿನ್ನಯ ನಗುವಿಗೆ ಸೋತು ಮರುಳಾದೆ.!

    ಮನಸಿನ ಆಸೆಗೆ ಕನ್ನಡಿಯೇ ಮುನ್ನುಡಿಯು,
    ಬಳಿ ಬಂದ ನೋವಿಗೆ ಈ ಬಿಸುಗೆಯೂ.
    ತೀರದ ಬಯಕೆಗೆ ಕನಸೊಂದೆ ದಾರಿ,
    ನನ್ನಾಸೆ ಹೂವು ಕಮರಿದೆ ಪ್ರತಿ ಬಾರಿ!

ಕಾಣದ ಹಾದಿಗೆ ಈ ಕವಲು ದಾರಿ,
ನಡೆವಾಗ ನಡುಗಿದೆ ಪ್ರೀತಿಯು ಸೋರಿ.
ಸೇರಲು ನಾವು ದೂರದ ತೀರ,
ಮನಸಿನ ಕಥೆಯೊಂದು ಬಾರ.

    ನಸುನಗುವ ನೀನೇಕೆ ಬಳಿ ಬಂದೆ,
    ನನ್ನಲಿ ಒಲವನ್ನು ಹೊತ್ತು ತಂದೆ.
    ಒಲವಲ್ಲಿ ಇತವಿಲ್ಲ ಮನಸ್ನಲಿ ಸೊಬಗಿಲ್ಲ,
    ನೂರೆಂಟು ಕನಸು ಕಣ್ಣಲಿ ಕರಗಿತ್ತಲ್ಲ!

ಚೂರಾದ ಮಾತು ಮರೆತೋಯ್ತು ಸೋತು,
ಕಣ್ಣಿಗೆ ಕಾಣದ ನೆನಪಾಯ್ತು ಮುತ್ತು.
ನೆಪಾವೊಂದೇ ದಾರಿ ಬೀಳುವ ಕನಸಿಗೆ,

ಒಮ್ಮೆ ನೀನು ಹೇಳು ಒಲವ ಮನಸಿಗೆ!
ಕನಸಿನ ಊರಿಗೆ ಕಾವಲು ನಾನಾದೆ.
ಹೃದಯದ ಬೀದಿಗೆ ತೇರು ನಿನಾದೆ.
ಒಲವಿನ ಜಾತ್ರೆಗೆ ನಾನು ಬೇರಗಾದೆ,
ನಿನ್ನಯ ನಗುವಿಗೆ ಸೋತು ಮರುಳಾದೆ.

31. ಓ ಮಳೆಯೇ

ಓ ಮಳೆಯೇ ನಿನ್ನ ಈ ರುದ್ರ ನರ್ತನ.
ನನ್ನಲ್ಲೇಕೋ ತಂತು ಕಂಪನ.
ಒಮ್ಮೆ ಹೇಳು ನಾನು ಬಂದರೆ,
ಭೂಮಿ ತಾಯಿ ಹುಡುವಳು ಹಸಿರೇ!

ಯಾಕಾದೆ ಓ ನಿ ಮೌನ,
ನೀ ನನ್ನ ಹೃದಯದ ಕವನ.
ಮಾತಿಲ್ಲದ ಒಲವು ಚೆಂದ,
ನಿನ್ನ ನುಡಿಯು ಇನ್ನು ಅಂದ!

ಹಸಿರುಟ್ಟ ನಲ್ಮೆಯ ಒಲವೇ,
ನೀ ನೆಡೆದ ದಾರಿಯು ಗೆಲುವೇ.
ನಸುನಕ್ಕ ಇಬ್ಬನಿ ಹೇಳಿತು,
ನನ್ನಗೆದ್ದ ಸುಂದರ ಚೆಲುವೆ.

ಮೈಮೇಲೆ ಜಾರಿದ ಹನಿಯೇ,
ಧರೆಗಿಳಿದ ನೋವಿನ ಕಂಬನಿಯೇ.
ನೀ ಬಿದ್ದ ನೆಲವು ತಂಪು,
ನೀ ಹರಿವ ಜಲವೇ ನಸುಗೇಮ್ಮು.

ಮೈ ಕುಣಿಸಿ ಮಿಸುಕದೆ ನೀ ಹರಿವೆ,
ಧರೆಗಿಳಿದ ವರುಣನ ವರವೇ.
ನೀ ಇದ್ದರೆ ಪ್ರಕೃತಿ ಹಸಿರು,
ಗಿಡ ಮರವು ಹೇಳಿದೆ ನಿನ್ನ ಹೆಸರು!

ಖುತುಗಳ ಮಿಡಿವ ಚಲನ,
ಬಣ್ಣದ ಬದುಕಿನಾ ನಯನ.
ಕಾಲದ ನಡುಗೆಯ ಸಲುಗೆ,
ತಂದಿದೆ ಬದುಕಿಗೆ ಹೊಸ ಬೆಸುಗೆ.
ಓ ಮಳೆಯೇ ನಿನ್ನ ಈ ರುದ್ರ ನರ್ತನ,
ಭೂಮಿಯಲ್ಲಿ ತಂತು ಕಂಪನ.

32. ಹಣೆಯಲಿ ನಿನ್ನ ಹೆಸರು ಗೀಚಿದೆ

ನನ್ನ ವಿಧಿ ನನ್ನ ಹೆಸರ ಮೇಲಿದೆ,
ನನ್ನ ಹಣೆಯ ತುಂಬಾ ನಿನ್ನ ಹೆಸರು ಗೀಚಿದೆ.
ನಿನ್ನ ಮನಸ್ಸಿನಲ್ಲಿ ಏನೋ ಇದೇ,
ನೀನು ಬರೆದೆನೆ ನೋವು ತುಂಬಿದೆ.
ಒಮ್ಮೆ ನೀನು ಹಾಯ್ ಎಂದರೆ,
ನಾನು ಮನಸು ಹಾಗೆ ಕಣ್ಣರೆ.!

ಬಾರೆ ನೀನು ಓ ನಲ್ಲಿಯೇ,
ಪ್ರೀತಿಯಿಂದ ನನ್ನ ಗೆಲ್ಲಿಯೇ.!
ಹೇಳಿ ಹೋಗು ಒಮ್ಮೆ ಪ್ರೀತಿಯ,
ಊರು ತುಂಬಾ ನೋಡು ನಿನ್ನ ಜಾತ್ರೆಯ!
ಕಾಡಿ ಏಕೆ ನನ್ನ ಕೊಲ್ಲುವೆ,
ಬಂದು ನಿನ್ನ ಮುಂದೆ ನಿಲ್ಲುವೆ.

ಗಾಳಿಯಲಿ ಹಾರಿದ ಹಕ್ಕಿಯೇ,
ಸುಡುಗಾಡಿನಲ್ಲಿ ಸೂಟ್ಟ ಚುಕ್ಕಿಯೇ.
ಪ್ರೀತಿ ಒಲವು ಮತ್ತೆ ಬಂದರೆ,
ನನ್ನ ಒಲವು ನೀನು ನಕ್ಕರೆ.
ಎದೆಯ ತುಂಬಾ ನಿನ್ನ ಅಕ್ಕರೆ,

ಒಮ್ಮೆ ಹೇಳು ನಿನ್ನ ಪ್ರೀತಿಯ,
ಮಾಡುವೆ ನಾನು ಪೂಜೆಯ.
ಪ್ರೀತಿಗಾಗಿ ಪ್ರೀತಿ ಕಣ್ಣರೆ,
ಕಣ್ಣ ಬಿಂಬದಲಿ ನಿನ್ನ ಸೆರೆ

77

ನೀನು ಒಮ್ಮೆ ಲವ್ ಯು ಅಂದರೆ,
ನಾನು ನಿನ್ನ ಕೈಸೇರೇ.
ಕೊಡುವೆ ನಾನು ನನ್ನ ಪ್ರೀತಿ ಸಕ್ಕರೆ,
ನನ್ನ ವಿಧಿ ನನ್ನ ಹೆಸರ ಮೇಲಿದೆ.

ನನ್ನ ಹಣೆಯ ತುಂಬಾ ನಿನ್ನ ಹೆಸರು ಗೀಚಿದೆ,
ನೀನು ಬರೆದೆನೆ ನೋವು ತುಂಬಿದೆ.
ಒಮ್ಮೆ ನೀನು ಹಾಯ್ ಎಂದರೆ,
ನನ್ನ ಮನಸು ಹಾಗೆ ಕಣ್ಮರೆ.

33. ನಡೆವಾಗ ನೀನು

ನಡು ದಾರಿಯಲಿ ನಡೇವಾಗ ನೀನು,
ಪ್ರೀತಿಯಲಿ ನುಡಿದೆನು ನಾನು.
ಓ ನನ್ನ ಚಿನ್ನ ಪ್ರೀತಿಯಲಿ ರನ್ನ,
ತಿರುಗಿ ನೋಡು ಒಮ್ಮೆ ನನ್ನ.

    ಓರೆಗಣ್ಣಲಿ ನೋಡಿ,
    ಕಣ್ಣಸನ್ನೆಯ ಮಾಡಿ.
    ಮನಸಿನ ಕದ ತೀಡಿ,
    ನೀ ನಡೆದೇ ಮುಂದೆ,
    ಮತ್ತೆ ನೋಡದೆ ಇಂದೆ.

ನಿನ ನೋಟ ಕಾಡಿತು,
ಒಲವೊಂದು ಮೂಡಿತು.
ಪ್ರೀತಿಯನು ಬೇಡಿತು.
ಹೃದಯದಿ ಹಾಡೊಂದು ಹಾಡಿತು,
ಓ ನನ್ನ ಒಲವೇ ಪ್ರೀತಿಯು ಇತವೇ.

    ನಿನ ಮಾತು ಬಂಗಾರ ಚಂದ್ರನ ಅಲಂಕಾರ!
    ಕಣ್ಣಿನಾ ನೋಟವೇ ಮಿಂಚು,
    ನಗುವೊಂದು ಮೋಹಕ ಸಂಚು.
    ಪ್ರೀತಿಯ ಪಡೆಯುವ ವಂಚೂ!

ಕೆನ್ನೆಯು ಕೆಂಪು ಮನಸ್ಸಿಗೆ ತಂಪು!

ಕುಡಿ ನೋಟವೇ ಸೊಬಗು,
ಸೀರೆಯು ಬಲು ಮೆರಗು.
ನಿನ್ನ ಅಂದಕೆ ತಂದ ಬೆರಗು!
ನಿ ಉಟ್ಟ ಸೀರೆಯ ಸೆರಗು.

ನಡು ದಾರಿಯಲಿ ನಡೆವಗಾ ನೀನು,
ಪ್ರೀತಿಯಲಿ ನುಡಿದೆನು ನಾನು!
ಓ ನನ್ನ ಚಿನ್ನ ಪ್ರೀತಿಯಲಿ ರನ್ನ,
ತಿರುಗಿ ನೋಡು ಒಮ್ಮೆ ನನ್ನ.

34. ನೆನಪು

ಕಣ್ಣ ಹನಿಯು ಒಲವ ಕಂಬನಿ,
ಎಲೆಯ ಮೇಲೆ ಬಿದ್ದ ಇಬ್ಬನಿ.
ಸುರಿವ ಮಳೆಗೆ ತೋಯ್ದು,
ಹರಿವ ನದಿಗೆ ಜಾರಿ ಹೋಯ್ತು.

ಒಲವ ನೆನಪೊಂದು ಬಿಡದೆ ಕಾಡಿದೆ,
ನಿನ್ನ ಪ್ರೀತಿಯ ಸಲುಗೆ ಬೇಡಿದೆ.
ಮನ ಬಿಚ್ಚಿ ಹೇಳು ಒಮ್ಮೆ ಕೇಳುವೆ,
ನಿನ್ನನೇ ನಾನು ಪ್ರೀತಿ ಮಾಡುವೆ.

ವಿಧಿಯ ಆಟವು ಏಕೋ ಒಡಿದೆ,
ಕನಸು ಕಾಣುವ ಮುನ್ನ ಮನವು ನೊಂದಿದೆ.
ನೂರಾಸೆಯನು ನುಚ್ಚು ಮಾಡಿದೆ,
ನಿ ಇರದೇ ಹೃದಯ ಬೇಡಿದೆ.
ನನ್ನ ಒಲವ ಪ್ರೀತಿ ನಲ್ಲಿಯೇ,
ಮನಸ್ಸಿನ ಆಸೆ ನೀನು ಬಲ್ಲಿಯೇ.

ನುಡಿವೆ ನಾನು ಒಲವ ನಿಜವಾ,
ಒಮ್ಮೆ ಕೇಳು ಮನದ ಮಜವ.
ಒಲವು ಎಂಬುದು ಬಲು ಮೋಹಕ,
ಮನಸ್ಸು ಎಂಬುದು ಒಲವ ಗ್ರಾಹಕ.
ಪ್ರೇಮಿಗಳ ನಗುವ ಒಲವ ಪೋಶಕ.

35. ರಾವಣ

ಗುರಿ ಇಟ್ಟ್ಟ ಬಾಣ ಗುರಿ ತಪ್ಪಿ,
ನನ್ನಯೆದೆಯಾ ಸೀಳಿರಲು.
ಆಂಬೊಂದು ಸುಡುಗಾಡಿನಲಿ ಸಿಡಿಯುತಿತ್ತು.
ರಾವಣನ ಅಟ್ಟ್ಯಹಾಸ ಮೆರೆಯುತ್ತಿತ್ತು!
ಯಾರು ಇಟ್ಟ್ಟರು ಶಾಪ,
ನೋವಿನ ತಾಪ ಸುಡುತಿತ್ತು.!

ಸೀತೆಯ ಮೊಗವ ನೋಡಿ,
ರಾವಣನ ಕನಸು ಚಿಗುರುತಿತ್ತು.
ಎಲವ್ವೋ ಸೀತೆ ರಾಮನು ಸತ್ತ,
ನಿನ್ನ ಮನದ ಆಸೆಯ ಕಿತ್ತ.
ಒಲವನೆ ಸುಟ್ಟ್ಟ ರಾವಣನೂ,

ನಾನೆಂದು ಮನಸ್ಸು ಕುಣಿಯುತಿತ್ತು.
ಈಗ ಸೀತೆಯ ದುಖ್ಖ್ವ ಇರದೇ ರಾಮಾನು ಪಕ್ಕ,
ಮನಸ್ಸು ಹೊತ್ತಿ ಹುರಿಯುತಿತ್ತು.
ನನ್ನ ರಾಮನ ಕೊಂದ ಪ್ರೀತಿಯ ತಿಂದ,
ಬಿಡೆನು ನಾನು ಏನುತಿತ್ತು!

ವಿಜಯದಶಮಿಯೊಂದು ದುರ್ಗೆಯ ಬೇಡಿ!
ವರವನ್ನ ಕಾಡಿ ಪ್ರೀತಿಯ ರಾಮನ ಸುಟ್ಟ್ಟ,
ರಾವಣನ ಸಮ್ಮ್ಯರ ನಡೆಯಲಿತ್ತು.
ಎಳು ತಲೆ ರಾವಣನ ಸುಡುಲು ಬಿಟ್ಟ್ಟ,
ಬಾಣ ತಲೆಯನ್ನೇ ಎತ್ತಿ ಎಸೆಯುತ್ತಿತ್ತು.

ರಾವಣನ ತಲೆ ಹೋಗಿ ನೆಲಕ್ಕೆ ಬಿದ್ದು,

ಸೀತೆಯ ನೋಡಿ ನಗುತಾಲಿತ್ತು.
ಒ ನನ್ನ ಸೀತೆ ರಾಮನ ಪತಿವ್ರತೆ,
ಮತ್ತೆ ಹುಟ್ಟಿಬರುವೆ.
ನಿನ್ನ ನಾ ಬಿಡೆನು ಏನುತಲಿತ್ತು.
ರಾಮ ಇರದ ನೋವು ಸೀತೆಯನು,
ಬಳಿ ಬಂದು ಕಾಡುತಿತ್ತು.

36. ರಸ್ತೆ ಗುಂಡಿ

ಹಾಳು ಹಾದಿಯಲಿ ರಸ್ತೆ ಗುಂಡಿ!
ಸಾಗುತಿದೆ ದಾರಿಯಲಿ ನಮ್ಮ ಜಟಕಾ ಬಂಡೀ!
ನೋಡಲು ಆ ಮನೆಯ ಪಾಳು ಗುಡಿಯ,
ಜಪಿಸಿ ಸಾಗಿದೆವು ನಮ್ಮ ವಿಧಿಯ.

  ಕುದುರೆಯು ಹೊತ್ತ ನಮ್ಮ ಬಂಡೀ,
  ನಡುಗುತಾ ಸಾಗಿತು ಮನವ ಇಂಡಿ.
  ಅಕ್ಕಪಕ್ಕದ ಗೊಟರು ಬಿದ್ದ ಗುಂಡಿ,
  ಗಾಲಿ ಉರುಳುತ ಅತ್ತೀತು ರಸ್ತೆ ಗುಂಡಿ.

ನನ್ನ ನಲ್ಲೆಯು ನಗುತಾ ಹೇಳಿದಳು,
ನಮ್ಮೂರ ದಾರಿ ಗುಂಡಿಗಳ ಸಾವರಿ.
ಸೇರಲುನಾವು ತುಸು ದೂರ,
ಹಾಗುವುದು ಮೈಲೆಲ್ಲಾ ನೋವ ಬಾರ.

  ಹಾಳು ಹಾದಿಯಲಿ ಸಾಗಿತು ನಮ್ಮ ಬಂಡೀ,
  ನಾನು ನನ್ನವಳು ತಿಂದೆವು ನಮ್ಮೂರ ತಿಂಡಿ.
  ಬದುಕಿನ ನೋಗದಲಿ ಹೊಸ ಯುಗದಲ್ಲಿ,
  ಗುಂಡಿ ಬಿದ್ದ ಹಾದಿಯಲಿ ಸಾಗಿತು.
  ನಮ್ಮ ಜಟಕಾ ಬಂಡೀ!

37. ಮೂರಬಟ್ಟೆ

ಬದುಕುವೆಂಬುದು ಮೂರಬಟ್ಟೆ!
ನಿ ನನಗೆ ಪ್ರೀತಿಯಲಿ ಕೈ ಕೊಟ್ಟೆ!
ನಿನ್ನ ನೆನಪಲಿ ನಾ ಕೆಟ್ಟೆ!
ದೇವರೇ ಇಂಥ ವರವನ್ನು ನೀನೇಕೆ ಕೊಟ್ಟೆ.!

    ಹೊಟ್ಟೆಗೆ ಊಟವಿಲ್ಲ, ಈಟ್ಟಿಗೆ ಕಾಸಿಲ್ಲ,
    ಮನಸ್ಸು ಎಂಬುದು ಮಸಣವೇ ಎಲ್ಲಾ.
    ನೂರೆಂಟು ನೋವು ಮನತುಂಬಿದೆಯೇಲ್ಲಾ,
    ಕಾಣದ ದೇವರಿಗೆ ಕೈ ಮುಗಿದೆನಲ್ಲ.
    ಕಂಡ ಕನಸು ಒಂದು ನನಸ್ಸಾಗಲಿಲ್ಲ!

ಪ್ರೀತಿ ಮಾಡಿದ ನೆನಪು ಕಾಡಿದೆಯೇಲ್ಲಾ,
ಮೋಸ ಹೋಗಿ ನಾ ಹುಚ್ಚನಾದೆನಲ್ಲ.
ನಿನ್ನ ನೆನೆದು ಬದುಕು ಹಾಳಾಯ್ತಲ್ಲ,

    ಯಾರ ಶಾಪವೋ ವಿಧಿ ಆಟವೋ,
    ದೇವರ ನನಗೆ ನೀಡಿದ ಪಾಪವೋ.
    ನಡೆದು ನಡೆದು ದಣಿದೇನು ನಾನು,
    ಹುಡುಕಿದರೂ ಸಿಗಲಿಲ್ಲ ನೀನು.

ನೋಡಿದರೆ ನೂಕುವರು ನನ್ನ,
ಬೇಡಿದರೆ ಇಡಲಿಲ್ಲ ಕೊಂಚ ಅನ್ನ.
ಕೇಳಿದರೆ ನೀಡರು ನೀರು,
ವಿಧಿ ಆಟ ನೋಡು ಎಷ್ಟು ಕ್ರೂರ.

ಮನಕಲಕದೆ ನನ್ನ ನೋಡಿ,
ನೋವಾತಾಳಲರಾದೆ ನಾ ಓಡಿ.
ಸಮಾಜವೇ ನನ್ನ ಜೀವನದ ಕೇಡಿ,
ಯಾರಿಗೆ ಎಳಲಿ ನನ್ನ ಬದುಕಿನ ರಾಡಿ.

38. ಕರೀಮುಗಿಲು ಗಿರಿ ನವಿಲು

ದೂರದ ಗೂಡಲಿ ಕರೀಮುಗಿಲು ಬಂದೇ,
ನಿನ್ನಯ ಒಲವಲಿ ಗಿರಿನವಿಲು ಕಂಡೆ.
ಪ್ರೀತಿಯ ಕನಸಿಗೆ ಗಿರಿ ನವಿಲೇ ಒಲವು,
ಸುರಿವ ಮಳೆಗೆ ಕರೀಮುಗಿಲು ಜಲವು.

ಆಗಸದಿ ಮಿಂಚೊನ್ನು ಬಂದು,
ಕರೀಮುಗಿಲ ನಡುವೆ ಬರಸಿಡಿಲು ಸಿಡಿದು.
ಬದುಕಿನ ಬೆವರನು ಮಳೆಯಲ್ಲಿ ತೊಯ್ಯು,
ಸುಡುಗಾಡ ಸಂತೆಯಲ್ಲಿ ಗಿರಿ ನವಿಲು ಕುಣಿದು.

ಹಾಡಿದೆ ಹಾಡೊಂದು ಕೇಳುವಿರಿ ನೀವಿಂದು,
ಕರೀಮುಗಿಲು ಎಲ್ಲೂ ಗಿರಿನವಿಲು ಎಲ್ಲೂ,
ಬಣ್ಣಗಳ ಜಾತ್ರೆ ನಕ್ಷತ್ರಗಳ ಯಾತ್ರೆ,
ಮುಗಿಲಲ್ಲಲ್ಲಿ ಸಂತೆ ನೋಡುತ ನಿಂತೆ.

ಸೂರ್ಯನ ಮುಳುಗು ಚಂದ್ರನ ಬೆಳಗು,
ನಕ್ಷತ್ರ ನಗುವಾಗ ಉಲ್ಕೆಯು ಬೀಳುವಾಗ,
ಸ್ವರ್ಗವ ಕಂಡೆ ಕೂತು ನಮ್ಮೂರ ಬಂದೇ.
ಜಾತ್ರೆಯ ಇಬ್ಬನಿ ಮಿಡಿದ ಕಂಬನಿ,
ತುಂತುರು ಮಳೆ ಹನಿ ಹೊಸ ಬೆಳಕಿನ ಸವಿ ಹನಿ.

39. ಸಿನಿಮಾ ಹುಡುಗಿ

ಸಿನಿಮಾ ಎಂಬ ಮಜದ ಸಂತೆ!
ನೋಡಲು ಸಾಲಿನಲಿ ಕಾದು ನಿಂತೆ.
ಹೆಸರು ಸಲಗ ಬಂದಿತ್ತು ನನ್ನ ಬಳಗ,
ರಕ್ತ ಹರಿಸುವ ಹರಿತ ಮಚ್ಚುಗಳ ಕಾಳಗ.

       ಸಿನಿಮಾ ತುಂಬಾ ಶಿವಣ್ಣನ ಕದರೂ,
       ದುನಿಯಾ ವಿಜಿ ಎಂಬ ಫಿಗರ್.
       ನೋಡುತ್ತಾಲಿದ್ದೆ ಪುಡಿ ರೌಡಿಗಳ ದರ್ಬಾರು.
       ಪೊಲೀಸ್ ಹಾಗಿ ಡಾಲಿ ಕಾರ್ಬಾರು.

ಹಾಗೆ ಒಮ್ಮೆ ಬಂದುಮ್ಮಿ ಹುಡುಗಿ.
ಮನಸು ಕಾಡೋ ಒಳ್ಳೆ ಬೆಡಗಿ.
ನಗುವ ತುಂಬಾ ಐಶ್ವರ್ಯ ರೈ.
ಮಾತು ಎಲ್ಲಾ ಮಿಡಿವ ಲಕ್ಷ್ಮಿ ರೈ.

       ಕಣ್ಣ ತುಂಬಾ ಅವಳ ಬಿಂಬ.
       ನೋಡಿ ಸೋತೆ ಚೆಲುವ ಸೋಬಗ.
       ಮನಸ್ಸು ಒಮ್ಮೆ ಲವ್ ಯು ಅಂತೂ,
       ನಕ್ಕ ಬೀಟ್ಟಳು ನೋಡಿ ಕುಂತು.

ಸಿನಿಮಾ ಮುಗಿದ ಮೇಲೆ ಅರಟೆ,
ಅವಳ ಹಿಂದೆ ನಾನು ಹೊರಟೆ.
ಎಷ್ಟು ಸುತ್ತಿದರು ಸಿಕ್ಕಲ್ಲಿಲ,
ಏಕೆ ನನ್ನ ನೋಡಿ ನಕ್ಕಳಾಲ.

ಮತ್ತೆ ವೊಮ್ಮೆ ದಾರಿಯಲ್ಲಿ ಸಿಕ್ಕಳು.
ನೋಡಿ ಒಮ್ಮೆ ಹಾಗೆ ನಕ್ಕಳು.
ಈಗ ಅವಳಿಗೆ ಮೂರು ಮಕ್ಕಳು.
ಕಣ್ಣಿನಲ್ಲಿ ಕಂಬನಿ ಬಿದ್ದಂತಾಯಾತು ಮಳೆ ಹನಿ.
ಗೆಳೆಯರಿಗೆ ನನ್ನ ವಿಷಯ ನಗೆ ಹನಿ!

ಮತ್ತೆ ವೊಮ್ಮೆ ದಾರಿಯಲ್ಲಿ ಸಿಕ್ಕಳು.
ನೋಡಿ ಒಮ್ಮೆ ಹಾಗೆ ನಕ್ಕಳು.
ಈಗ ಅವಳಿಗೆ ಮೂರು ಮಕ್ಕಳು.
ಕಣ್ಣಿನಲ್ಲಿ ಕಂಬನಿ ಬಿದ್ದಂತಾಯಾತು ಮಳೆ ಹನಿ.
ಗೆಳೆಯರಿಗೆ ನನ್ನ ವಿಷಯ ನಗೆ ಹನಿ!

40. ಹುಣ್ಣಿಮೆ ಚಂದ್ರ

ನಾ ಕಂಡೆ ಹುಣ್ಣಿಮೆ ಚಂದ್ರ,
ಸೌರಮಂಡಲದಿ ಕಾಣುವ ರಂದ್ರ.
ಮೈಯ ತುಂಬ ಬೆಳಕು,
ನೋಡಲು ಮನವೆಲ್ಲ ಕಲಕು.

ತಂಪಾದ ಸಂಜೆ ತಣ್ಣನೆ ಗಾಳಿ,
ಮಾರಾಗಿಡಗಳ ಮೈನವೀರೇಳಿ.
ಎಲೆಗಳ ಶಬ್ದ ಕಾಡೆಲ್ಲಾ ನಿಶಬ್ದ,
ಬೇಲಿಯ ಸಾಲು ಹಕ್ಕಿ ಅಮಲು.

ನಡೆವಾಗ ನಾನು ಬಿದ್ದಂಗೆ ಬಾನು,
ನೋಡಿದೆ ಕಣ್ಣೆತ್ತಿ ಚಂದ್ರನ.
ನನ್ನಿಂದೆ ಬರುವ ಅವನ,
ನಾ ನಿಂತಲ್ಲಿ ಅವ ನಿಂತ.

ಕುಂತಲ್ಲಿಯೂ ನಿಂತ!
ಹೊರಡಲು ಬರುವ ನೋಡುತಿಹಾ ಜಗವ!
ನನ್ನಯ ಮನವ ಕಲಕಿದ ತನುವ.
ನಾ ಮರೆಯೇ ಬೆಳದಿಂಗಳ ನಗುವ

ನೀನೇನೆ ಮುಸಕಾಗದ ಗೆಲುವ.
ನಡು ರಾತ್ರಿಯಲಿ ನಾ ಕಾಡಲ್ಲಿ,
ಗೂಬೆಯ ಕೂಗು ಕೇಳಿತು ನನಗಲ್ಲಿ.

ಭಯ ಬಿದ್ದೆ ನಾನು ನೆನೆದೆನು ದೇವರನು.
ಕೊಡು ನೀ ದೇವ ನನಗೆ ಧೈರ್ಯವ.

ಹುಣ್ಣಿಮೆ ಬೆಳಕಲ್ಲಿ ಚಂದ್ರನ ನಗುವಲ್ಲಿ,
ಮಿನುಗುತಿಹಾ ನಕ್ಷತ್ರ ಅಗಸದಲ್ಲಿ.
ನೋಡುತ ನಿಂತೆ ಮರೆತು ಚಿಂತೆ,!
ತಾರೆಗಳ ಸಂಭ್ರಮ ಉಲ್ಕೆಗಳ ಅನುಪಮ,

ದೇವಾ ನಿನ ಸೃಷ್ಟಿ ನೀ ಇಡಿದ ಮುಷ್ಟಿ,
ಅದ್ಬುತವೇ ನೋಡು ಬೆಳದಿಂಗಳ ಕಾಡು!
ಹಕ್ಕಿಗಳ ಕಲರವ ಚುಕ್ಕಿಗಳ ಸಾವ,
ಕಣ್ಣಂದೆ ಬಂತು ನಿದ್ದೆಯ ತಂತು.

41. ನೂಕು ಮಾಡೆಲ್ ಗಾಡಿ

ನೂಕು ಮಾಡೆಲ್ ಗಾಡಿ ಇದು ನೋಕು ಮಾರಾಯ.
ರೋಡಲ್ಲಿ ಒಬ್ಬಳು ಹುಡುಗೀ ಬಂದಳು ನೋಡು ತಮ್ಮಯ್ಯ.
ತೆಳಗೆ ಬೆಳ್ಗೆ ಚೂಡಿಹಾಕೊಂಡ್ ಮಿಂಚ್ತಾವಳೇ ನೋಡಯ್ಯ.
ಒಮ್ಮೆ ನೋಡಿ ನಕ್ಕರೆ ಅವಳು ಕಳೆದೋದೆ ನಾನ್ನಯ.
ಎಷ್ಟು ತಳ್ಳಿದ್ರು ಗಾಡಿ ಏಕೋ ಸ್ಟಾರ್ಟ್ ಹಾಗ್ತಾಇಲ್ಲಯ್ಯ.
ಕ್ಲಚ್ ಹೊತ್ತಿ ಗೇರು ಹೊಡೆದು ಎಕ್ಸಲಾಟರ್ ಕೊಡಯ್ಯ.
ಹೀಟಾದ ಮೇಲೆ ಗಾಡಿ ಸ್ಟಾರ್ಟ್ ಆಯ್ತು ಕಾಣ್ಣಯ್ಯ.
ಫಾಲೋ ಮಾಡುಹುಡುಗಿಯನ್ನ ಸಿಕ್ಕರೆ ಅವಳು ತುಂಬಾ ಚೆನ್ನಾ.
ಕೂತು ಕುಡಿಯೋಣಕಾಫಿಯನ್ನ ಕೇಳು ಒಮ್ಮೆ ಬರ್ತಾಳೇನ.
ಹುಡುಗಿ ತಿರುಗಿ ಅಂದ್ಲು ಹಾಯ್ ಮುಂದೆ ಪೋಲೀಸ್ ಮಾಮ ಕೈಯ.
ನಿಲ್ಲಿಸು ನಿನ್ನ ಗಾಡಿಯನ್ನ ತೇಗಿ ಗಾಡಿ ಡಾಕ್ಯುಮೆಂಟ್ಸ್ ನಾ.
ಡಾಕ್ಯುಮೆಂಟ್ಸ್ ಎಲ್ಲಾ ಇತ್ತು ಹೋಗೆ ತಪಾಸಣೆ ಮುಗಿದೋಗಿತ್ತು.
ಕಟ್ಟು ಸಾವಿರದೈನೂರು ಫೈನ್   ಬಿಲ್ಲಲಿ ಹಾಕು ಒಂದೂ ಸೈನ್
ಕಾಡಿ ಬೇಡಿದ ಮೇಲೆ ಪೋಲೀಸ್.
ಮಾಮ ಕೇಳದ ಇನ್ನೂ್ಣರು ಜೇಬನಲಿಟ್ಟೆ ಒಂದೂನೂರು.
ಬ್ಯೆಕ್ ಅತ್ತಿ ಕಾಲು ಕಿತ್ತಿ ಹೊರಟೇ ಅಲ್ಲಿಂದ.
ನೋಡುದ್ವಿ ಹುಡುಗಿ ರೋಡಲ್ಲಿ ಕಾಣಾಲಿಲ್ಲ ಬೆಡಗಿ.
ನೋಕು ಮಾಡೆಲ್ ಗಾಡಿ ಇದು ಏರಿ ನೋಡಯ್ಯ.
ಜೀವನದಲ್ಲಿ ಖುಷಿನೇ ಇಲ್ಲ ಯಾಕೀಗೆ ಕಣ್ಣಯ್ಯ.
ಕೊರೊನ ಬಂತು ಜೀವನ ನುಂಗುತ್ತ ಅದ್ಕೆ ನೋಡಯ್ಯ
ನೂಕು ಮಾಡೆಲ್ ಗಾಡಿ ಇದು ಏರಿ ನೋಡಯ್ಯ.
ಪೆಟ್ರೋಲ್ ಬೆಲೆ ಗಗನಕೊಯ್ತು ಮೋದಿ ಕೇಳ್ಯಯ್ಯ.

ಮುಂದೆ ಇಗೆ ಆದ್ರೆ ಎಗೋ ತಮ್ಮಯ್ಯ.
ಹುಟ್ಟಿದ್ದ ದೇವರು ಹುಲ್ಲು ಮೇಯಸ್ತಾನೆ ಚಿಂತೆ ಬಿಡಯ್ಯ.

42. ಒಲವ ಹೂವು

ಒಲವ ಹೂವಾದೆ ನೀನು.
ಇರುಳ ಬೆಳಕಾದೆ ನೀನು.
ನನ್ನ ಕನಾಸಾಗುವೆಯೇನು.
ಮಿಡಿದ ಹೃದಯಕೆ ನೀನು.!

ಕಣ್ಣಿನಲ್ಲಿ ಕಾಡುವ ಸಂಚು
ಪ್ರೀತಿಯ ಬೇಡುವ ವಂಚು
ನನ್ನಲ್ಲಿ ಇಡಿಸಿದೆ ಹುಚ್ಚು
ನನ್ನವಲವೇ ನಿ ರಚ್ಚು

ತೆರೆದ ಹೃದಯದ ಮಾತು,
ಒಲವ ಬಿಚ್ಚಿ ಹೇಳಿತು.
ನಿನಾಗಾಗಿ ನಾನು,
ಓ ನನ್ನ ಪ್ರೀತಿಯ ಜೇನು.

ನಸುಕಾದ ಮನಕೆ,
ಪ್ರೀತಿಯ ಬಯಕೆ.
ಒಲವಿನ ಕಾಣಿಕೆ,
ನನ್ನ ಉಸಿರಿಗೆ ಕುಣಿಕೆ!

ಒಲವ ಹೂವಾದೆ ನೀನು,
ಇರುಳ ಬೆಳಕಾದೆ ನೀನು.

ನನ್ನ ಕನಾಸಾಗುವೆಯೇನು,
ಮಿಡಿದ ಹೃದಯಕೆ ನೀನು!

43. ಮರೆಯಾಗದ ಮಳೆ

ಮೋಡಗಳು ಚದುರಿ ಮಿಂಚೋಂದ್ದು ಮಿಂಚಿ!
ಸಿಡಿಲೊಂದು ಸಿಡಿದು.
ಸುರಿವ ಜಡಿ ಮಳೆಗೆ.
ನಿರೊಂದು ನದಿಯಂತೆ ಹರಿಯುತ್ತಿತ್ತು..........

   ತುಂಬಿದ ಈ ಮಳೆಗೆ,
   ಒಲದಲ್ಲಿನ ಬೇಳೆ .
   ಅಡಿಕೆಯ ಸಸಿಯು,
   ತೆಂಗಿನ ಗಿಡವು ಅಳುತಲ್ಲಿತ್ತು.
   ನಿಂತ ನಿರೊಂದು ಮುಂದೆ ಕದಲದೆ.
   ನಿಂತಲ್ಲೇ ನಿಂತು ವಲವೆಲ್ಲಾ ಕೆಂಪಾಗಿ
   ಕಾಣುತಿತ್ತು.

ರೈತನ ಹೃದಯ ಒತ್ತಿ ಹುರಿಯುತಿತ್ತು.
ಹಿಂಗಾರು ಮಳೆ ನೀರು.
ಒಲದಲ್ಲಿ ಇಂಗಿ.
ಬೆಳೆದ ಬೆಳೆಯು ಬಾಡಿ ಹೊಯ್ತು,
ನೋವಿನ ಕಥೆಯ ಹೇಳಿ ಹೋಯ್ತು.!

   ಬಾಡಿದ ಬೆಳೆಗೆ ಸರ್ಕಾರದಿಂದ,
   ಬೆಳೆ ಹಾನಿ ಹಣವು ಬಂತು.
   ರೈತನ ಕೈ ಸೇರೋ ಒಳಗೆ,
   ದಿಕ್ಕೇಟ್ಟ ರೈತನ ಹಣವೇ ಬಿತ್ತು.

ಬಂದ ಹಣ ಅವನ ತಿಥಿಯ,
ಬಾಡೂಟಕೆ ಸಾಲದಾಯ್ತು.

ಯಾರಿಗೆ ಬೇಕು ಈ ರೈತನ ಕಸುಬು.
ಮನೆ ಮಂದಿಯೆಲ್ಲಾ,
ಸುಡುವ ನಸೀಬು.
ಗೋಳಿಂದ ಊರು ಊರೇ ನಲುಗುತ್ತಿತ್ತು,
ಮತ್ತೆ ಮುಂಗಾರು ಮಳೆಗೆ ಕಾಯುತಿತ್ತು.

44. ಕಾಗದದ ದೋಣಿ

ನಾವಿಕನಿಲ್ಲದ ಕಾಗದದ ದೋಣಿಯೇ,
ಎಲ್ಲಿಗೆ ನಿನ್ನ ಪಯಣ.
ನೀರಿನ ಅಲೆಗಳ ಹೊಡೆತಕೆ,
ಆಲೂಗಾಡಿದೆ ನಿನ್ನ ಜೀವನ.

ಗಾಳಿಯು ಬಿಸಿದೆ ನಿನ್ನನ್ನು ನೂಕಿದೆ.!
ಸೇರುವೆಯಾ ನಿ ತೀರವ.
ಒಲವಿಂದ ನಾ ಬಿಟ್ಟ ಕಾಗದದ ದೋಣಿಯೇ,
ಒರುವೆಯಾ ಪ್ರೀತಿ ಬಾರವ.

ಮುಂದೆ ಮುಂದೆ ಸಾಗಿ ನೀರಲ್ಲಿ,
ಮುಳುಗಿ ನೀನೇಕೆ ಸೋತೆ.
ಮನದ ಆಸೆಯ ಅರಿಯದೆ,
ನನ್ನನ್ನು ನಾ ಮರೆತೇ.

ನಿನ್ನಲಿ ನಲಿವನ್ನು ಕಾಣದೆ.
ಕನಸ್ನಲ್ಲಿ ನಾ ಬೇರೆತೆ.
ತಣ್ಣನೆ ನೀರಿಗೆ ನಲುಗಿದೆ ನಿನ್ನ ಮೈ,
ಕೊಟ್ಟೋದೆ ನಿ ನನಗೆ ಕೈ.
ದಡ ಸೇರುವ ನನ್ನಯ ಕನಸಿಗೆ,
ಬಿದ್ದೆ ಪ್ರೀತಿಯ ನೀರಿನ ಸುಳಿಗೆ.

ಬಣ್ಣದ ಜಾತ್ರೆಯ ಕಾಗದದ ದೋಣಿಯೇ,
ನನ್ನಾಸೆ ಒಲವಿನ ಪ್ರೀತಿಯ ಏಣಿಯೇ.

ತಿಳಿಸದೇ ನಿ ಹೊರಟೆ ಮುಳುಗಿ,
ನನ ಮನವು ನಿನ ನೋಡಿ ಕರಗಿ.

ಆ ಊರ ದಡ ದೂರ ನಿ ಸೇರಿದೆ ನೋವಿನ ತೀರ,
ನಿ ಇಲ್ಲದ ನನಗೆ ಮನಸೇಕೋ ಬಲು ಬಾರ.
ಮತ್ತೊಮ್ಮೆ ಬಿಡುವೆನ್ನ ದೋಣಿಯೇ ನಿನ್ನ,
ಸೇರು ನಿ ದಡವ ಸಾಯುವ ಮುನ್ನ.

ನಾವಿಕನಿಲ್ಲದ ಕಾಗದದ ದೋಣಿಯೇ,
ಎಲ್ಲಿಗೆ ನಿನ್ನ ಪಯಣ.
ನೀರಿನ ಅಲೆಗಳ ಹೊಡೆತಕೆ,
ಆಲೂಗಾಡಿದೆ ನಿನ್ನ ಜೀವನ.

45. ಮಸಣದ ಹೂವು

ಮಸಣದಲ್ಲಿ ಅರಳಿದ ಹೂವೆ,
ದಿನ ನೋಡುವುದು ಬರಿ ನೋವೇ.
ಹಾಸಿ ಹೋದ್ದಿರುವ ಹೂವಿನ ರಾಶಿ,
ಬಾಡಿ ಹೋಗುವುದು ಶಿವನೇ ಕಾಶಿ!

ಆರು ಮೂರಡಿಯ ಗುಂಡಿಯಲ್ಲಿ,
ಬರಿದಾಗುವ ಮೂಳೆ ಮಾಂಸಗಳು.
ಬಿಲ್ವಾ ಪತ್ರ ವಿಭೂತಿಯಲಿ!
ಪೂಜೆಗೈವರು ಹೋರಟನೆಂದು,
ಕಣ್ಣೀರು ಸುರಿಸವರು ಕಾಣನೆಂದು.

ವಿಧಿಯ ಕೈ ಗೊಂಬೆ ಮನುಜ,
ಹೊತ್ತು ಹೋಗಲಿಲ್ಲಲ್ಲ ಕಣಜ!
ಬಿಟ್ಟೋಗೋ ಬಾಳಿಗೆ ತುಂಬಿಟ್ಟ ಜೋಳಿಗೆ.
ಸೇರುವರು ಜನ ನಿನಗೆ ಕಳಿಸಲು ಪಾಪ ಪುಣ್ಯದ ಹಾದಿಗೆ!

ಹುಟ್ಟುವಾಗ ಅಮ್ಮ ಅತ್ತಳು,
ಸಾಯುವಾಗ ಸಂಸಾರ ಅತ್ತಿತ್ತು.
ಮದ್ಯ ನಿ ಮಾಡಿದ ಹೆಸರು,
ಕಾದಿದೆ ಇರುವಾಗ ನಿನ್ನ ಉಸಿರು.

ಮಸಣದಲಿ ಅರಳಿದೆ ಹೂವೆ,
ನಿನ ಮೇಲೆ ಎಸೆದ ಸೀರೆ.
ಸಿಂಗರಿಸಿದಂತಿದೆ,

ಸೌಂದರ್ಯದ ನೀರೇ.
ಬಾಡುವ ಮುನ್ನ ಒಮ್ಮೆ ಮೊಗವ ತೊರೆ.

ಕಟ್ಟೀಹ ಆ ಘೋರಿ ಹೇಳಿದೆ ನಿನ್ನ ಹೆಸರು ಸಾರಿ.
ಬದುಕು ಮೂರೇ ದಿವಸ.
ಬಾಳು ನಿ ಸರಿ ದಾರೀಲಿ ಮನುಸ.
ನಿನ್ನ ಹೆಸರು ಹೇಳಲಿ ನಿನ್ನ ಉಪಕಾರದ ಕೆಲಸ.

46. ನನ್ನ ಉಸಿರು

ಸವಿ ನೆನಪೇ ನನ್ನ ಉಸಿರು,
ಪ್ರೀತಿಯೇ ಆದರ ಹೆಸರು.
ಬಿಟ್ಟು ದೊರಗೋ ಮುನ್ನ,
ಒಲವಲ್ಲಿ ನಾ ಬೆಂದೆ ಚಿನ್ನ!

ಕಣ್ಣೀರು ಮನದ ಹನಿ,
ಮಿಡಿದ ಒಲವ ಕಂಬನಿ.
ಬಿದ್ದನಂತಾಯಿತು ಇಬ್ಬನಿ,
ಮಾತಾನೊಂದು ಪ್ರತಿ ಧ್ವನಿ.!

ಮುಗಿಯದ ಒಲವ ಬೇಗೆ,
ನಾನು ಬಂದು ನಿನ ತಾಗೆ.
ಬಂಧನ ಸವಿಯಾಗೆ
ತಬ್ಬಿತು ನನ್ನ ಇತವಾಗೆ!

ಒಲವೆಲ್ಲಾ ಬರಡಾಯ್ತು,
ಬದುಕು ಬರಿದಾಯ್ತು.
ಕನಸೆಲ್ಲಿ ಚೂರಾಯ್ತು,
ಕಣ್ಣೀರು ನಡಿಯಾಯ್ತು!

ನೀ ನನ್ನವಳಲ್ಲ ಎಂದು ತಿಳಿದಾಯ್ತು,
ಜೀವನವೇ ಸಾಕಾಯ್ತು.

ಉಸಿರ ನಿನ್ನ ಹೆಸರು ಮಾಸಿ,
ಮಾಡಿದೆ ಹೃದಯ ಗಾಸಿ!

47. ಮನಸ್ಸು

ಮನಸ್ಸು ಎಂಬುದು ಮುದ್ದಾದ ಕರ್ಮ.
ದೇವರಿಗೆ ಗೋತ್ತು ಏನದರ ಮರ್ಮ.
ಯಾರಿಗೂ ತಿಳಿಯದ ಸೊಬಗು,
ಆರಿತವನೆ ಬಲ್ಲ ಅದರ ಮೆರಗು!

  ನಿಂತಲ್ಲಿ ನಿಲ್ಲುತಿಲ್ಲಾ ಕುಂತಲಿ ಕುರುತಿಲ್ಲಾ,
  ಸೆಕೆಂಡುಗಳಲಿ ಪ್ರಪಂಚ್ ಸುತ್ತಿ.
  ಮತ್ತೆ ಬಂದು ಬೂಪಾಟವ ಒತ್ತಿ,
  ತಿಳಿಯದೆ ಬಂದು ಸೇರುವುದು ನಮ್ಮ ನೆತ್ತಿ!

ಅರಿಯಲೋರೇಟೇ ಅದರ ಮಾಯೆ,
ಕಣ್ಣಿಗೆ ಕಾಣಲಿಲ್ಲ ಏಕೋ ಭಾಯೆ.
ಇಡಿದರು ಸಿಕ್ಕುತ್ತಿಲ್ಲ ಹುಡುಕಿದರೂ ಸಿಗಲ್ಲಿಲ್ಲ,
ಏಕೆ ಎಂದು ತಿಳಿಯಲ್ಲಿಲ್ಲ!

  ದೇವಾ ಸೃಷ್ಟಿಸಿದ ಮನಸ್ಸು ಬಿತ್ತುವುದು ಕನಸು,
  ದೈರ್ಯದಿಂದ ನುಗ್ಗಿದರೆ ಕನಸು ಕೂಡ ನನಸು.
  ಸೃಷ್ಟಿಸುವುದು ಮಾಯಲೋಕನಂಬಿದರೆ,
  ಸೇರಿಸುವುದು ಪರಲೋಕ ಎಚ್ಚರ ತಪ್ಪಿದರೆ.!

ಮನಸು ಎಂಬ ಮಾಯೆ ದೇವಾ ಕೊಟ್ಟ ಭಿಕ್ಷೆ,
ಮನುಜ ನೀನು ಸರಿ ಉಪಯೋಗಿಸಿದರೆ ರಕ್ಷೆ.
ಮೈ ಮರೆತರೆ ಖಂಡಿತ ನಿನಗೆ ಶಿಕ್ಷೆ,
ಹಾರುವುದು ಕುಣೆಯುವುದು ಮರೆತು ಕಕ್ಷೆ.!

ಮನಸ್ಸು ಎಂಬುದು ಮುದ್ದಾದ ಕರ್ಮ,
ದೇವರಿಗೆ ಗೊತ್ತು ಏನದರ ಮರ್ಮ.
ಯಾರಿಗೂ ತಿಳಿಯದ ಸೊಬಗು,
ಆರಿತವನೆ ಬಲ್ಲ ಆದರ ಮೆರಗು.!

48. ಓ ಹುಡುಗಿ

ಭಗವಂತ ತಿದ್ದಿ ತೀಡಿದ ನೀನಂದ,
ನೀ ನನಗೇನೇ ಸಿಗಲೆಂದ.
ಸಿಕ್ಕಾಗ ಯಾಕೋ ನೀ ನಕ್ಕೆ,
ಓ ಹುಡುಗಿ ಬಲು ಸೊಕ್ಕೆ!

ಮೂಗಿನ ತುದಿಯಲಿ ಕೋಪ,
ಯಾರು ನೀಡಿದರು ಶಾಪ.
ಮನಸ್ಸು ತುಂಬಾ ಬಾರಿ ತಾಪ,
ನಾ ಹೇಗೆ ಹೇಳಲ್ಲಿ ಓ ರೂಪ.

ನಡುಗೆಯಲಿ ಬಿಗುಮಾನ,
ಹುಡುಗೆಯಲಿ ನೀ ಮೌನ!
ಹೃದಯ ಏಕೋ ಕಂಪನ,
ರೂಪವೇ ಸಿಕ್ಕ ಬಹುಮಾನ!

ಮಾತು ಒಂದೂ ಅವಸರ,
ನಡೆಯು ಏಕೋ ಅತಿಸರ.
ಪ್ರೀತಿಯ ನಿನ್ನ ಅವಸರ,
ಹಾಡಿದಂತೆ ಮಧುರ ಸ್ವರ!

ನೋಟವೊಂದು ಬುಲೆಟ್,
ಗುರಿಟ್ಟ್ಬರೆ ಏಕೋ ಶೂಟೌಟ್.

ನಕ್ಕರೆ ನಿ ಕ್ಯಾಕ್ ಔಟ್,
ಪ್ರೀತಿಯಿಂದ ಕಿಕ್ ಔಟ್.!

ಭಗವಂತ ತಿದ್ದಿ ತೀಡಿದ ನೀನಂದ,
ನಿ ನನಗೇನೇ ಸಿಗಲೆಂದ.
ಸಿಕ್ಕಾಗ ಯಾಕೋ ನಿ ನಕ್ಕೆ,
ಓ ಹುಡುಗಿ ಬಲು ಸೊಕ್ಕೆ.

49. ಅಭಿಮಾನಿ

ಕನ್ನಡದ ಕಣ್ಣಮಣಿ!
ಅಭಿಮಾನಿಗಳ ಅರಗಿಣಿ.
ಒಲವಿನ ಸವಿ ದಣಿ,
ಕರುಣೆಯ ಚಿನ್ನದ ಗಣಿ.

ಅಭಿಮಾನಿಗಳ ಮನ ಮಿಡಿತ,
ಯುವಕರ ಎದೆ ಬಡಿತ.
ನಾಟ್ಯದ ಅತಿರಥ,
ಕನ್ನಡದ ಮಹಾರಥಾ.

ಸ್ನೇಹವೇ ಇವನ ಉಸಿರು,
ಪ್ರೀತಿಯೇ ಅವನ ಹೆಸರು.
ಮಾಡುವ ಕೆಲಸದಲಿ ಚಲವು,
ಇವನು ನಂಬಿದ ಗೆಲುವು.!

ಕನ್ನಡದ ಮುದ್ದಿನ ಕುವರ,
ಜನಪ್ರೀತಿ ಗೆದ್ದ ವೀರ.
ಮನಸ್ಸು ಕದ್ದ ಚೋರ,
ನಮ್ಮ ಪ್ರೀತಿ ಪುನೀತರಾಜಕುಮಾರ.!

ತೋರಲಿಲ್ಲ ಅಹಂಕಾರ,
ಬೇಗಲ್ಲಿಲ್ಲಾ ಮಾಡಿ ಉಪಕಾರ
ಜೀವನವೇ ಪರೋಪಕಾರ,

ತಂದೆ ಹಾದಿಯಲಿ ನಡೆದ ರಾಜಕುಮಾರ,
ವಿಧಿಯ ಆಟದಿ ನಿಂತಿತು ಹೃದಯ ಸಂಚಾರ!

50. ವಿಧಿಯೋ ಕ್ರೂರ

ಪ್ರೀತಿ ನೀಡೋ ಮನಸಿಗೆ,
ಸ್ಮಶಾನವೇಕೆ ಹಾಸಿಗೆ.
ನೋವು ಪಡುವ ಹೃದಯಕೆ,
ಚಳಿಗಾಲ ಕೂಡ ಬೇಸಗೆ.!

ಮನಸ್ಸು ಮುಗಿದು,
ಹೃದಯ ಹರಿದು.
ಒಲವ ತೇರದು,
ನೀನೇಕೆ ಹೊರಟೆ ಯಾತ್ರೆಗೆ.!

ಕಾಲ ಒಂದೂ ವಿಧಿಯ ಗೊಂಬೆ,
ನಾವಿದರ ಆಡು ಬೊಂಬೆ.
ಹಸಿರು ಗಿಡದ ನಿಂಬೆ,
ಬ್ರಹ್ಮ ನಿನ್ನ ಕೈಯಲ್ಲಿ.

ಬರಹ ಏಕೆ ಬರೆದೆ ಆಣೆಯಲಿ,
ಕಾಲವೊಂದು ಘೋರ,
ವಿಧಿಯು ಇನ್ನು ಕ್ರೂರ.
ಮನಸ್ಸು ಏಕೋ ಭಾರ.
ಸಾಗಿತೆಕೆ ಬದುಕು ಕಾಣದ ತೀರ.

ನೂರು ಜನ್ಮ ಪಡೆದರೇನು.
ಹಣವ ತುಂಬಾ ಮಾಡಿದರೇನು.
ಜನದ ಪ್ರೀತಿ ಗಳಿಸಿದರೇನು.

ಬ್ರಹ್ಮ ಬರೆದ ವಿದಿಯು ನಮ್ಮ ಬಿಟ್ಟಿತೆ!
ಮೆಲುಕು ಹಾಕೋ ಕಾಲವನ್ನು ಸುಟ್ಟಿತೆ!
ಈ ಜನ್ಮದಲಿ ಮತ್ತೊಮ್ಮೆ ಈ ಜೀವ ಹುಟ್ಟಿತೆ!

51. ನೋವು

ಬದುಕು ಬರಿಸಿದ ನೋವು,
ನಾ ತೀರಿಸಿಲೆಗೆ.
ನಿನ್ನಯ ಮನಸ್ಸಿನ ವ್ಯಥೆಯ,
ನಾ ಕೇಳಲೆಗೆ.
ಬರಿದಾದ ಒಲವಿಗೆ ಬಣ್ಣವ,
ನಾ ಅಚ್ಚಲೆಗೆ.
ಕನಸು ತುಂಬಿದ ಹೃದಯಕೆ,
ನಾ ಚುಚ್ಚಲೆಗೆ.

ನೋವು ಅಚ್ಚಿದ ಬೆಂಕಿ ಹಾರಿವೋಯ್ತು.
ಪ್ರೀತಿ ಅಚ್ಚಿದ ತಣ್ಣೀರು ಜಾರಿವೋಯ್ತು.
ಕಂಡ ಕನಸು ಮನದಲಿ ಬಂಧುವೋಯ್ತು.
ನನ್ನಾಸೆ ಏಕೋ ನನ್ನನ್ನೇಕೊಂದುವೋಯ್ತು.

ನನಗೆ ಮಿಡಿದ ಮನವು ನೀರಿನಲ್ಲಿ ಬಿತ್ತು.
ಒಲವ ಬೇಗೆಗೆ ಭಲವು ಮುರಿದು ಬಿತ್ತು.
ಅರಿವ ನೀರಿಗೆ ಆಸೆ ಅಡ್ಡ ಬಂತು.
ಹೂವು ಒಂದೂ ನಸು ನಕ್ಕ ಬಳಿ ಬಂತು.!

ಓ ಒಲವೇ ನಿನೆಗೆ ನನ್ನ ಬಿಟ್ಟು ನಿಂತೆ.
ನನ ಮನಸ್ಸು ಕಲ್ಲೆಂದು ಕುಟ್ಟಿ ಕುಂತೆ.
ಆಸೆಯೂ ಸಡಗರದಿ ಬೆಚ್ಚಿ ಬಂತೆ.
ಓ ಮನವೇ ನನ್ನ ಒಲವೇ ನೀನೇಕೆ ಸುಮ್ಮನೆ ತಿರುಗಿದಂತೆ.!

52. ಕನ್ನಡ

ಅಮ್ಮ ಬಿಮ್ಮ ಇಲ್ಲದ ನಮ್ಮ ಕನ್ನಡಿಗ!
ಕನಸು ಕಟ್ಟಿ ಮನಸು ಗೆಲ್ಲೋ ಕನ್ನಡಿಗ!
ಒಲವಿನಿಂದ ಹೃದಯ ಬೆಸೆಯೋ ಕನ್ನಡಿಗ!
ತಾಯಿ ಕನ್ನಡಾಂಬೆಯ ಪುತ್ರ ಕನ್ನಡಿಗ!

ಪ್ರೀತಿಯಿಂದ ಪ್ರೀತಿ ಅಂಚೋ ನಮ್ಮ ಕನ್ನಡತಿ1
ಮನಸ್ಸುಗಳ ಮಧುರಮಾತು ಕನ್ನಡತಿ,
ಜೀವಗಳಿಗೆ ಜೀವ ನೀಡೋ ಕನ್ನಡಾಂಬೆಯ ಪುತ್ರಿ ಕನ್ನಡತಿ.

ನದಿಗಳು ಹರಿದು ಹಸಿರು ತುಗೋ ನಮ್ಮ ನಾಡು ಕನ್ನಡ.
ಮಣ್ಣಿನಿಂದ ಚಿನ್ನ ತೆಗೆವ ನಾಡು ಕನ್ನಡ.
ಶಿಲ್ಪ ಕಲೆಯ ನೆಲೆಯು ನಮ್ಮ ಕನ್ನಡ.
ಭೂದೇವಿ ಬೆಳೆವ ಅನ್ನದ ಬಿಡು ಕನ್ನಡ!

ಭಾಷೆ ಭೇದ ಮರೆತು ಸಾಕಿಹಳು ಕನ್ನಡ ತಾಯಿ.
ನಾವು ಎಲ್ಲಾ ಒಂದೇ ಎಂದು ನಂಬಿಹಳು ಕನ್ನಡ ತಾಯಿ.
ವಿದ್ಯೆ ಕಲಿಸಿ ಬುದ್ದಿ ತಿಳಿಸಿ ಬೆಳೆಸೋ ಕನ್ನಡ ತಾಯಿ.
ಅಸೆ ಅರಿತು ಕನಸು ಬೆಳೆಸೋ ನಮ್ಮ ಕನ್ನಡ ತಾಯಿ!

53. ದೀಪಾವಳಿ

ದೀಪಗಳ ಸಾಲು,
ಬೆಳಕಿನ ಹೊನಲು,
ಕಣ್ಮುಂದೆ ಬರಲು,
ನವ ಜೀವನ ಬಂತು ಹೊಸತನವ ತಂತು.

ನಾಳೆಎಂಬುದು ಬೆಳಕು,
ನೆನ್ನೆ ಎಂಬುದು ಇರುಳು.
ಮದ್ಯೆ ನಡೆವ ತಿರುಳು,
ಬಲ್ಲವನಾರು ನೀ ಹೇಳು ಮರುಳು.!

ಬದುಕು ಬೆಂಡಾಗಿರಲು,
ಜೀವನಕ್ಕೆ ಸೊಗಸಲ್ಲಿ.
ಮನವೂ ಕತ್ತಲೆಯಲಿ,
ಅಣತೆಗಳ ಹಚ್ಚಿ ಕನಸಿನ ಕದ ಬಿಚ್ಚಿ.!

ದೀಪಾವಳಿಯ ದೀಪ,
ಬೆಳಗಲಿ ಬಾಳಲ್ಲಿ ರೂಪ.
ಮನವು ಮರುಗಿ ಕತ್ತಲೆ ಕರಗಿ,
ನಮ್ಮೆದೆಯ ಆಸೆ ನನಸಾಗಲಿ ಕನಸೇ!

54. ಮಿನುಗು ತಾರೆ

ನನ್ನಾಸೆ ದ್ರುವತಾರೆ,
ನೀ ಬೇಗ ಬಳಿ ಬಾರೆ.
ಕಾದಿಹೆನು ಮನಸಾರೆ,
ಒಮ್ಮೆ ಮೊಗವತೋರೆ.!

ನಿನ ನೋಟ ಬಲು ಚೆಂದ.
ಗಗನದಿಂದ ಧರೆಗೆ ಬಂದ.
ಕಮಲ ಕುಸುಮವೇ ಆಂದ.
ನನಗಾಗಿ ದೇವರು ತಂದ

ಪ್ರೀತಿಯಲಿ ಬಲು ಸರಸ.
ಕಾಯುತಿದೆ ಈ ವಿರಹ.
ನಿ ನನ್ನ ಮುದ್ದು ಬರಹ.
ಒಲವಿಂದ ಬಾ ಸನಿಹ.!

ಮಾತಿನಲ್ಲಿ ಬಲು ಜೋರು.
ನಗೆ ತುಂಬಾ ಹಾಲು ಕೀರು.
ನೀ ಇಲ್ಲದೆ ಜೀವನ ಬೋರು.
ಬಳಿ ಬಾರೆ ಪ್ರೀತಿ ಪಾರು.

ಮುದ್ದಾಗಿ ನಿ ಬಾರೆ.
ನನ್ನ ಒಲವ ತಾರೆ.
ಪ್ರೀತಿಸುವೆನು ಮನಸಾರೆ.
ಒಮ್ಮೆ ಕರುಣೆ ತೊರೆ.

ನನ್ಮಾಣೆ ನಿ ಚೆಂದ ನಗುವಿನಲಿ ಅಂದ.
ಬಾ ಬಾರೆ ಒಲವೇ ನಿ ಇದ್ದರೆ ಬಲವೇ.

ನನ್ಮಾಣೆ ನಿ ಚೆಂದ ನಗುವಿನಲಿ ಅಂದ.
ಬಾ ಬಾರೆ ಒಲವೇ ನಿ ಇದ್ದರೆ ಬಲವೇ.

55. ಒಲವಿನ ಬಣ್ಣ

ಬದಲಾಗೋ ಬಣ್ಣಕೆ ನಾ ಏನು ಹೇಳಲಿ.
ಮಿಂಚೋಗೋ ಬೆಳಕಿಗೆ ನಾ ಏನ್ ಅನ್ನಲಿ.
ಕಳೆದೋಗೋ ವಯಸ್ಸನ್ನ ನಾ ಹೇಗೆ ತಡೆಯಲಿ.
ಮೂರಿದೋದ ಮನಸ್ಸನು ನಾ ಹೇಗೆ ಕೂಡಿಸಲಿ.!

ಬೇರೆತೋದ ಹೃದಯದ ಬಣ್ಣವೇ ಬರೆ.
ಕಲೆತೋದ ಮನಸ್ಸನು ಪ್ರೀತಿಸು ಮನಸಾರೆ.
ಒಡಲಾಳದಲ್ಲಿ ಹುಟ್ಟಿದ ಬೆಂಕಿ ನಾ ಅರಿಸಲಾರೆ.
ನೊಂದ ಜೀವದ ನೋವನು ನಾ ಸಹಿಸಲಾರೆ.
ಮರೆತೊಗೋ ಮಾತಿಗೆ ಗೆಜ್ಜೆ ಕಟ್ಟಲಾರೆ.!

ಬಣ್ಣದ ಚೆಲುವು ಎಂದು ಬದುಕು ಕಟ್ಟದು.
ಬಯಸದ ಒಲವು ಎಂದು ಮನವ ಮುಟ್ಟದು.
ಪ್ರೀತಿಯ ಮನವು ನೋವಿನಲಿ ಕದವ ತಟ್ಟದು.
ಮನಸು ಮನಸು ಬೇರೆಯೋ ಮಧುರ ಹುಟ್ಟಿದು.

ಕನಸು ಕನಸುಗಳ ನಡುವೆ ಏಕೋ ಮೋಹ.
ಮನಸು ಒಲವಿನ ನಡುವೆ ಪ್ರೀತಿ ದಾಹ.
ಬೇರತು ಕಲೆಯುವ ನಡುವೆ ಏಕೋ ಪ್ರವಾಹ.
ತಿಳಿಯದೆ ಆಯಿತು ಕೊನೆಗೆ ನೋವಿನ ದ್ರೋಹ.!

56. ಕಡಲ ತೀರ

ಸಮುದ್ರದ ದಡದಿ ಕೂತಿಹಳು ಹುಡುಗಿ,
ನೀರಿನ ಅಲೆಯ ಹೊಡೆತ ನೋಡುತ ಬೆಡಗಿ,
ಕಣ್ಮುಂದೆ ಬಂತು ಒಂದು ಕನಸು,
ಕಳೆದು ಹೋದ ಪ್ರೀತಿಯ ಹುಡುಗನ ನನಸು.!

ದೂರದಿ ದೋಣಿಯಲಿ ಕೈ ಬಿಸಿ ಕರೆದಂತೆ,
ನೆನಪಿನ ಆ ಘಳಿಗೆ ಕ್ಷಣದಲ್ಲಿ ಮರೆತಂತೆ,
ನಿನ್ನಯ ನೆನಪು ಎಷ್ಟು ಸುಂದರ,
ಅಲೆಗಳನ್ನು ಬಾಚಿ ತಬ್ಬಿದಷ್ಟು ಮಧುರ!

ಮರೆತ ಮನಸು ಸೆಳೆಯಿತು ಏಕೋ,
ಕಂಡ ಕನಸು ಮತ್ತೊಮ್ಮೆ ನನಗೆ ಬೇಕು,
ನೀ ಕೊಟ್ಟ ನೆನಪು ಮತ್ತೆ ಕಾಡಿದೆ,
ಮನಸು ತಾನೇ ನಿನ್ನ ಒಲವ ಬೇಡಿದೆ.

ಬಾ ಬೇಗ ಹುಡುಗ ತೋರು ನಿನ್ನ ನಗುವ,
ಕಾಣದೆ ಕಾಯುತಿದೆ ಈ ಮನ ಕೂತು ದಡವ,
ಆಪ್ಪಳಿಸಿದ ಅಲೆಯು ಮನಸನ್ನು ಕೊಂದು,
ಹಿಂದೆ ಸರಿಯಿತು ಅಲೆಯು ಕನಸನ್ನು ತಿಂದು.

ನೀ ಇರದೇ ಜೀವನವೇ ಬಲು ಒಂಟಿ,
ಬದುಕು ನಡೆಯುತ್ತಿದೆ ದಾರಿಯಲ್ಲಿ ಕುಂಟಿ.

ಕಡಲತೀರದಲ್ಲಿ ನಿನಗಾಗಿ ಬಂದು ಕುಂತೆ.
ಮನಸ್ಸಲ್ಲಿ ನಿನ್ನ ನೆನಪಿನ ಸಾವಿರ ಚಿಂತೆ.

57. ಬೆಂದ ಬದುಕು

ಜೀವನದ ನೋವಿನಲಿ ಬೆಯುತಿದೆ ಮನವು.
ಬದುಕು ಕಲಿಸಿದ ಪಾಠಕೆ ನಡುಗುತಿದೆ ತನುವು.
ಆಸೆ ಒಂದೂ ಜೀವಂತ ಬಿಡಿಸಿ ಎಳೆದೆ ಒಲವು.
ಕನಸುಗಳು ಇಲ್ಲದೆ ದೂರ ನಿಂತಿದೆ ಗೆಲುವು.!
ಸಂಸಾರದ ಬವಣೆಯಲಿ ಸುರಿಯುತಿದೆ ಬೆವರು.
ಮೂಡಲಿಲ್ಲ ಯಾಕೋ ನೊಂದ ಮನದಿ ಹಸಿ ಚಿಗರು.
ತಿನ್ನ ಹೊರಟ ಊಟವೆಲ್ಲ ನಿನ್ನ ನೆನಪಿನ ಒಗರು.
ಮನಸ್ಸು ಕನಸ್ಸುಗಳ ನಡುವೆ ಗುದ್ದಯತೆ ಟಗರು.
ಸೂರಿಲ್ಲದ ಊರಲಿ ಸೋರಗಿದೆ ಒಲವು.
ಬರಡು ಬದುಕಲಿ ಒಲವ ಹುಡುಕಿದೆ ಚಲವು.
ಸೋತ ಜೀವಕೆ ಅಳು ಮನಸಿಗೆ ಇನ್ನೇಲಿದೆ ನಲಿವು.
ಏಕೆ ಕೊಟ್ಟ್ಬನು ದೇವರು ನೋಯಿಸಲು ವರವು.!
ಸಾಕಾಯಿತು ಜೀವನ ಮನಸ್ಸು ಬೇಡುತಿದೆ ಮರಣ.
ಶಫೀಸುತಿದೆ ಮನವು ಬೇಡುವಗಿತ್ತು ಈ ಜನನ.
ತನುವು ಹಾಡೊಂದ ಹಾಡಿದೆ ಶ್ರುತಿಯಿಲ್ಲದ ಚರಣ.
ಬಿಟ್ಟೋಗೋ ಬಾಳಿಗೆ ಹೇಳಿ ಹೋಗು ಕಾರಣ!
ಎಲುಬಿಳಿನ ನಡುವೆ ಕಾಲ ಕಳೆಯಿತು.
ಜನನ ಮರಣದ ನಡುವೆ ಬದುಕು ನಡೆಯಿತು.
ಬದುಕಿದ ಜೀವನ ನೋವಲಿ ಬೆಂದಿತು.
ಅಳು ದೇವರ ಪಾಲು ಜೀವನವ ಶಪಿಸಿ ಹೊರಟಿತು.!

58. ಹರಿವ ನದಿ

ಹರಿವ ನದಿಯು ಜುಳು ಜುಳು ಶಬ್ದವ ಮಾಡಿ,
ಯಾರು ನನ್ನವರಿಲ್ಲಿ ಹರಿವೆ ಎಲ್ಲವ ತುಳಿದು,
ಕಾಡಿನಲಿ ಹರಿಯುತ,
ಗುರಿ ಎಲ್ಲಿ ನನಗೆ,
ಹೋಡುತ್ತಿರುವೆ ಸಮುದ್ರದ ಕಡೆಗೆ,

ಯಾರು ಬಲ್ಲರು ನನ್ನ   ಪಯಣದ ಬದುಕು,
ಸಿಕ್ಕವರ ಕೊಚ್ಚಿ ನಡೆಯುತಿರುವೆ,
ತಳ್ಳಿ ದೂರಕೆ ಗಾಡಿ ಸರಕು.
ದಡದಲ್ಲಿಯ ಗಿಡವೊಂದು ಕೇಳಿತು ಬಿಡುವೆಯ ನನ್ನ.

ಬೂಮಿಯಲಿ ಬೇರು ಬಿಟ್ಟು,
ಜನರಿಗೆ ಕೊಡುವೆನು ಹಣ್ಣ.
ಕಲ್ಲುಗಳ ಕೊರೆದು ಮಣ್ಣನು.
ಬಡಿದು ಹರಿವ ನದಿ ನಾನು.

ಎದುರಿಗೆ ಸಿಕ್ಕರೆ ಬಿಡೆನು.
ಯಾವ ಗಿಡವನ್ನ
ಹೊರಟಿತು ನದಿಯು ಕಾಣದ ಊರಿಗೆ.
ಸೇರಲು ಗುರುತು ಸಿಗವ ಕಡಲಿಗೆ.
ಕುಡಿದರೆ ನೀರು ಉಪ್ಪು ಬಣ್ಣ ನೀಲಿ.
ಎಲ್ಲಿಹೋಯ್ತು ನದಿಯ ಸಿಹಿ ಒಲವಿನ ತಿಳಿ.!

59. ಸಂಗಾತಿ

ಹೆಣ್ಣು ಎಂಬ ಮಾಯೆ.
ಒಲವಿನ ನೋವಿನ ಛಾಯೆ.
ಬದುಕಲಿ ಬಂದ ಸಂಗಾತಿ.
ಕೊಟ್ಟಳು ನೋವಿನ ಪ್ರೀತಿ.!

    ನೆನೆದರೆ ಪ್ರೀತಿಯ ಮುತ್ತು.
    ಇವಳು ನನ್ನಯ ಸ್ವತ್ತು.
    ಕರೆದೆರೆ ಬರಬೇಕಿತ್ತು.
    ಹೊರಟಳು ಮನವ ಕಿತ್ತು.!

ಸಂಗಾತಿ ಇಲ್ಲದ ಜೀವ.
ತಾಳಿದೆ ಒಲವಿನ ನೋವ.
ಕಾದಿದೆ ಪ್ರಣಯದ ಕಾವ.
ತಿಂದಿದೆ ನೋವಿನ ಬೇವ.

    ಮಧುರ ಮಾತುಗಳ ನೆನಪು.
    ಮನಸಿನ ಹೊಸ ಹುರುಪು.
    ಕನಸುಗಳ ನಯ ಹೊಳಪು.
    ಸಂಗಾತಿ ನಿನಗೆ ಮುಡಿಪು.!

ಹೊಸಬೆಳಕು ಮಾಸಿದೆ.
ಬದುಕು ಏಕೋ ರೋಸಿದೆ.

ಸಂಗಾತಿ ಎಂಬ ಮಾಯೆ.
ಪ್ರೀತಿ ನೋವಿನ ಭಾಯೆ.!

123

ಸಂಗಾತಿ ಎಂಬ ಮಾಯೆ.
ಪ್ರೀತಿ ನೋವಿನ ಭಾಯೆ.!

60. ಬಂಧನ

ಮದುವೆ ಎಂಬ ಮುದ್ದಾದ ಸರಪಳಿ,
ಇಬ್ಬರನು ಬಂಧಿಸಿತು ಮನದಲಿ.
ಪ್ರೀತಿಯಲಿ ಹೃದಯ ಬೆಸೆದು,
ಒಲವಿನ ಕದವ ತೆರೆದು ಬಾಳಿ,
ಬದುಕಲಿ ನೂರ ದಿನ.
ಕಲೆತು ಮೌನದಿ ತನು ಮನ!

ಮಾತಿನ ಬುಗ್ಗೆ ಜೀವನದಿ ಚಿಮ್ಮಿ,
ಒಲವಿನ ಬೆಸುಗೆ ನಡೆಯಲಿ ಒಮ್ಮಿ.
ಕಲೆತು ಬೇರೆತ ಮಧುರ ಬಂಧನ,
ಮನೆಯ ದೀಪ ಬೆಳಗಿ ಚಂದನ!

ನೋವು ನಲಿವಿನ ಸರಪಳಿ,
ಜೀವನದಿ ಬದುಕ ಕಟ್ಟಲಿ
ಮನಸು ಮನಸುಗಳ ಬೆಸುಗೆ.

ಬಣ್ಣದ ಕನಸಿನ ಹೊಸ ಬಗೆ,
ಮನದ ಮಿಡಿತ ನಿನ್ನ ಕಂಡು,
ಬಂಧನದಲ್ಲಿ ಸುಕುವ ಉಂಡು,
ಹೃದಯದಲ್ಲಿ ಏನೋ ಹೊಸತನ,
ಕಾಣದ ಮನಸ್ಸಿನ ಚೇತನ!

61. ಕಾಣದ ಕತ್ತಲೆ

ಶಿಲ್ಪ ಮುರಿದ ಮೇಲೆ.
ನೋಡಲನಿದೆ ಶಿಲ್ಪದ ಕಲೆ.
ಉಸಿರು ನಿಂತ ಮೇಲೆ.
ಹೆಸರಿಗೇನಿದೆ ಬೆಲೆ.!

    ಬೆಂಕಿಯಲಿ ಬೆಂದ ಓಲೆ.
    ಸುಡುತಿದೆ ಪಾತ್ರ ಇತ್ತಾಳೆ.
    ಅನ್ನದ ಋಣದ ಮೇಲೆ.
    ತಿನ್ನುವವನ ಹೆಸರು ಬರೆಯಲೇ.!

ಪ್ರೀತಿ ಹೋದ ಮೇಲೆ.
ಕಂಡ ಕನಸಿನ ಕೊಲೆ.
ಕಾಣುವಳೇ ನನ್ನವಳು ನೆಲೆ
ಹರಿವ ನದಿಯಂತೆ ಅವಳ ಸೆಲೆ.!

    ಜೇಡ ಎಣೆದ ಬಲೆ.
    ತನ್ನನೇ ಸುತ್ತಿ ಸಾಯಲೇ.
    ಬದುಕು ಕೇಳಿದೆ ನೀ ಅಬಲೆ.
    ಯಾರಿಟ್ಟರು ವಿಧಿ ಬರಹ ಒಮ್ಮೆ ನೋಡಿ ಎಳಲೇ.

ಹಗಲು ಮುಗಿದ ಮೇಲೆ.
ಇರುಳೊಂದು ಕತ್ತಲೆ.
ಹೂವೊಂದು ನಗುತಿದೆ ನೋಡಿ ಇತ್ತಲೆ.
ಕೊನೆಯಗಲಿದೆ ನನ್ನ ಬದುಕು ಸಾವಲೆ.!

ಎಲೆ ಉದುರಿದ ಮೇಲೆ.
ಎಲೆ ಬದುಕು ತರಗೇಲೇ.
ಯಾರಿಗೆ ಬೇಕು ಜೀವನ ವಿಳಲೇ.
ಮನುಜ ನಿನ್ನ ಹುಟ್ಟು ಸಾವು ಕೂಡ ಬೆತ್ತಲೆ.!

ಎಲೆ ಉದುರಿದ ಮೇಲೆ.
ಎಲೆ ಬದುಕು ತರಗೇಲೇ.
ಯಾರಿಗೆ ಬೇಕು ಜೀವನ ವಿಳಲೇ.
ಮನುಜ ನಿನ್ನ ಹುಟ್ಟು ಸಾವು ಕೂಡ ಬೆತ್ತಲೆ.!

62. ಮನದ ನಗುವಾಗು

ಒಲವ ಹೂವಾಗು,
ಮನದ ನಗುವಾಗು,
ನನ್ನಯ ಕನಸಾಗು,
ಪ್ರೀತಿಯ ಹೃದಯಕೆ ಆಸರೆಯಾಗು!

ನೆನಪಿನ ಅಂಗಳದಿ,
ಹುಣ್ಣಿಮೆಯ ಬೆಳಕು,
ಕಣ್ಣೆರಡು ಸಾಲದು,
ನೋಡಲು ಚಂದ್ರನ ತಳುಕು.!

ನಕ್ಷತ್ರವೊಂದು ನಗುತಿತ್ತು,
ನಿನ್ನ ಅಂದವ ನೋಡಿ.
ಹಸಿರಾದ ಹುಲ್ಲುಗರಿಯು,
ಕರೆಯುತಿತ್ತು ನೀನಿಟ್ಟ ಪಾದವ ತಿಡಿ.!

ಕಣ್ಣಿನ ನೋಟಕೆ,
ಸುಂದರ ಮೊಗಕೆ,
ನಸುನಗುವ ಮನಕೆ,
ಯಾರಿಟ್ಟರು ಹೆಸರು ಒಲವಿಗೆ ಪ್ರಕೃತಿಯೇ ಉಸಿರು.!

63. ಬಾಳಿನ ಬೆಳಕು

ಭರವಸೆಯ ಬೆಳಕು ಮೂಡಿತು.
ಸೋಲೆಂಬ ಕತ್ತಲೆ ಕಳೆಯಿತು.
ಆಸೆಗಳ ಕನಸು ಮೊಳೆಯಿತು.
ಕಣ್ಣೀರ ಹನಿ ಕಥೆಯು ಬಾಡಿತು.!

ದುಡೀಬೇಕು ಶ್ರಮಪಟ್ಟು,
ಬೆವರ ಹನಿ ಪಣಕ್ಕಿಟ್ಟು.
ಕಷ್ಟಗಳ ಬದಿಗಿಟ್ಟು,
ಕೆಲಸದಲ್ಲಿ ಮನಸಿಟ್ಟು.

ನೂರಸೆ ಕನಸು ಭಲ
ಮನದಲ್ಲಿ ಆನೆ ಬಲ.
ಇಟ್ಟ್ಯಾಗ ಸಿಗುವ ಫಲ,
ಬೂತಾಯಿಯ ನೆಲ.!

ಬಿಡಬೇಡ ಭರವಸೆ,
ತೋರು ನಿನ್ನ ವರಸೆ.
ದೃಢವಿರಲಿ ನಿನ್ನ ಗುರಿ,
ಸರಿ ಇರಲಿ ನಿನ್ನ ದಾರಿ.!

ದೇವರನು ನೀ ನಂಬು,
ಬಾರದಿರಲಿ ಜಂಬದ ಕೊಂಬು.
ಕೃಪೆಯೊಂದು ಅವನಿಡಲು,
ಕೆಲಸದಲ್ಲಿ ಮನವಿರಲು.

ಸುಡುವ ಬಿಸಿಲು,
ಕೊರೆವ ಚಳಿಯು,
ಬೆವರ ಬಿಸಿ ಹನಿಯು,
ಎಳುವುದು ಕಾಯಕವೇ ಕೈಲಾಸ.

ಅರಿತು ನಡೆ ಓ ಮನುಸ!
ಕಾಣುವೆ ನೀನು ಸುಖ ದಿವಸ,
ಜೀವನ ತುಂಬಲಿ ಬಲು ಹರುಷ,
ಕಾಯಕವೇ ಕೈಲಾಸ!

64. ಪ್ರೀತಿಯ ಪಯಣ

ಕಾಡಿನಲಿ ರಾತ್ರಿ.
ನನ್ನೊಬ್ಬ ಯಾತ್ರಿ.
ಬೆಚ್ಚನೆ ಗೂಡು,
ಚಳಿಯ ಮರೆತು ಹಾಡು.!

ಮುಂಜಾನೆ ಮಂಜು,
ಇಡಿದಂತೆ ಪಂಜು.
ಉದಯಿಸಿದ ಸೂರ್ಯನ ಕಿರಣ,
ಇಬ್ಬನಿ ಹನಿಯ ಮರಣ!

ದಾರಿಯಲ್ಲಿ ಹೊರಟೆ,
ಮಾಡುತಾ ಅರಟೆ.
ಕಾವಲುಗರ ಬಂದ,
ಹೇಳಿದ ಹುಲಿಯ್ಯತಾ ಮುಂದ!

ಹೆದರದೆ ನಡೆದೇ.
ಹುಲಿಯೊಂದು ಬಂತು.
ತುಸುದೂರ ನಿಂತು.
ಮನಸಾರೆ ಕರೆದೆ.
ಸಿಟ್ಟ್ಯೇಕೋ ಹುಲಿರಾಯ.
ಸುಮ್ಮನೆ ಹೋರಾಡುವೆ ಮಹರಾಯ.!

ಘರ್ಜಿಸಿತು ಹುಲಿಯು.
ಕೇಳಿತು ನನ್ನ ಬಲಿಯು.

ಹೇಗಾರಿದ ಹುಲಿಗೆ.
ಗುಂಡಿನ ಮಳಿಗೆ.
ಹುಲಿಯಾಯ್ತು, ಶವವು ಕಲಕಿತು ಮನವು.

ಹೇಗಾರಿದ ಹುಲಿಗೆ.
ಗುಂಡಿನ ಮಳಿಗೆ.
ಹುಲಿಯಾಯ್ತು, ಶವವು ಕಲಕಿತು ಮನವು.

65. ಒಲವೇ ಒಲವೇ

ಒಲವೇ ಒಲವೇ.
ಸುಮ್ಮ ಅಂಗೇ.
ಪ್ರೀತಿ ಬಂತು.
ಏಕೋ ನಂಗೆ.!

ಪ್ರೀತಿ ಹನಿಯು.
ಕೇಳಿದೆ ಕಾರಣ.
ನಿನ್ನ ಮಾತೆ ನಂಗೆ ಪ್ರಾಣ.!

ಒಲವೇ ಒಲವೇ.
ಬಂತು ನಂಗೆ.
ನೂರು ಕನಸು.!
ಬಿತ್ತೋದ್ಯಂಗೆ.
ಮನಸಾರೆ ನಿನ್ನ ಕರೆದು.
ಜೊತೆಯಾಗಿಯೇ ನಡೆಯುವೆ.

ಪ್ರತಿ ಕ್ಷಣವೂ ನಿನದೆ ಧ್ಯಾನ,
ಮನದಲ್ಲಿ ನಿನಗಾಗಿಯೇ ಮೌನ!
ಭೂಮಿ ತಿರುಗೋದನು,
ಸುಮ್ಮ ನಿಲ್ಲಿಸಿದನು,
ನಾ ನಿನ್ನ ಹಿಂದೆ ತಿರುಗುತ್ತಿರುವೆನು.!

ನಿನ್ನ ಮಡಿಲಲ್ಲಲ್ಲಿ,
ಕನಸು ಕಾಣುವ ಆಸೆ.

ಸಾವಿನಲೂ ಜೊತೆಯಾಗಿ ಸೇರುವ ಆಸೆ,
ನನ್ನ ನೀ ಸಹಿಸು.
ಪ್ರೀತಿಯಲಿ ಒರಿಸು.
ನಿನಗಾಗಿ ಹುಟ್ಟಿದ ಪ್ರೇಮಿ ನಾನೇ ಕಣೆ.
ಒಲವೇ ಒಲವೇ ಒಲವೇ.!

66. ಜಾಲಿ ರೈಡ್

ಬದುಕಲ್ಲಿ ಭರವಸೆ ಇರಬೇಕು.
ಕಷ್ಟಗಳ ದಿನವನ್ನು ಸುಡಬೇಕು.
ಇಷ್ಟದ ಗೆಳೆಯರ ಪಡೀಬೇಕು.
ಲೈಫಲ್ಲಿ ಜಾಲಿ ಮಾಡಬೇಕು.!

ನನ್ನಾಣೆ ಕೇಳೇ ನೀ ತುಂಬಾ ಜಾಣೆ.
ಬರುವೆಯಾ ನಾಳೆ ಅತ್ತೋಣ ಆಸೆಮಣೆ.
ಪ್ರೀತಿಯ ತೇರು ಜಾತ್ರೆಯು ಜೋರು.
ನೀ ಬಿಟ್ಟರೆ ನನಗೆ ಜೀವನವೇ ಬೋರು.!

ದಾರೀಲಿ ನಾವು ಜೊತೆಯಲಿ ನಡೆವ.
ಪ್ರೀತಿಯ ಸಿಹಿ ವರವ ಪಡೆವ.
ಕರೆದ್ಯತ್ತೆ ನೀನು ಈ ಮನವ.
ನನ್ನಾಣೆ ನಿನೇ ನನ್ನ ಒಲವ.!

ನಕ್ಕಾಗ ಬಂಗಾರ ಆಣೆಯಲ್ಲಿ ಸಿಂಧೂರ.
ಮೂಡಿದಾಗ ಮಲ್ಲಿಗೆ ಕೇರಳಯುತ್ತೆ ಸಂಪಿಗೆ.
ಮುದ್ದಾದ ಮೂಗುತಿ ಜೋಕಾಲಿಯಲಿ ಜೀಕುತಿ.
ನೋಡಲೂ ನಿನ್ನ ಸಾಕೆ ಎರಡು ಕಣ್ಣ!

ಹೇ ಹುಡುಗಿ ಬಾರೆ ಬೈಕ್ ಮೇಲೆ ಕೂರೆ.
ಹೊರಡೋಣ ಸ್ಪೀಡ್ ಜಾಲಿ ರೈಡ್.

ಮುಟ್ಟಿದರೆ ಹೂವು ನಗುತ್ತೈತೆ ಚೆಲುವು.
ಜೊತೆಯಲಿ ಬಂದೆ ಕನಸ್ಸನ್ನ ತಂದೆ.!

67. ಕನ್ನಡ ಸಾಹಿತ್ಯ

ಮನ ಮನದಲಿ ಮೂಡಲಿ ಸಾಹಿತ್ಯ.
ಚಿಣ್ಣರ ಮನದಲಿ ಚಿಗುರಲಿ ಸಾಹಿತ್ಯ.
ಜಿಲ್ಲೆಯ ಊದ್ದಲು ಹರಡಲಿ ದಿನ ನಿತ್ಯ.
ಪ್ರತಿ ದಿನವೂ ಹಬ್ಬದ ಕನ್ನಡ ಸಾಹಿತ್ಯ.

ಸಾಹಿತ್ಯ ಸೇವೆಗೆ ಶ್ರಮಿಸುವ ಉಸಿರಲಿ.
ನೂರಾರು ಕನಸು ಹೊತ್ತ ಸಾಹಿತ್ಯ ಹೆಸರಲಿ.
ನಮ್ಮಯ ನಲ್ಮೆಯ ಮನದ ಕಥೆಯಲಿ.
ಸಾಹಿತ್ಯ ಸೇವೆಯಲ್ಲಿ ಬೆಳೆದ ಬೆಳೆಯಲಿ.

ಕನ್ನಡ ಕನ್ನಡ ಎನಲು ಹರಿಯಲಿ ಸಾಹಿತ್ಯದ ಹೊನಲು.
ಪಸರಿಸಲಿ ಜಿಲ್ಲೆಯ ತುಂಬಾ ಕನ್ನಡದ ಕಡಲು.
ನಮೆಲ್ಲರ ಮನದಲಿ ತುಂಬಲಿ ಸಾಹಿತ್ಯದ ಒಡಲು.
ಸಾಹಿತ್ಯದ ಬತ್ತದ ನದಿಯು ಬರಲು.

ಕನ್ನಡವೆನಲು ಕುಣಿವುದು ಮನಸು.
ಕನ್ನಡ ತಾಯಿಯೇ ನಮ್ಮನು ಹರಸು.
ಕನ್ನಡಕಾಗಿ ಕವಿಗಳ ಸೇವೆ.
ನಿತ್ಯವೂ ನಡೆಯಲಿ ಸಾಹಿತ್ಯದ ಒಲವೇ.

68. ನಿನಗೆ ತಿಳಿಯದೆ

ತಿಳಿಯದೆ ತಿಳಿಯದೆ ನನ್ನ ಮನಸ್ಸು ನಿನಗೆ.
ತಿಳಿಯದೆ.
ಒಲವು ಮೂಡಿದೆ,
ನಿನಗಾಗಿ ಕಾದು ಕೂತಿದೆ.

ಮನದಲಿ ನೂರಾಸೆ ಏಕೋ,
ನೀನೇ ಬೇಕು ನನಗೆ ಎಂದಿದೆ.
ಬದುಕಲಿ ಆಸೆ ಒಂದೂ,
ನೀನು ನನ್ನವಳೆಂದು.
ಮನಸ್ಸು ಏಕೋ ಕೂಗಿ ಹೇಳಿದೆ.

ಒಲವು ಒಂದೂ ಮೌನ,
ನೀನು ಬಾ ಬಾಳಿಗೆ ಎಂದಿದೆ.
ತಿಳಿಯದೆ ತಿಳಿಯದೆ ನನ್ನ ಮನಸ್ಸು ನಿನಗೆ
ತಿಳಿಯದೆ.

ನೋವಿನ ಯಾತನೆಯೊಂದು.
ನೀರಿನಂತೆ ಮನದಿ ಹರಿದಿದೆ.
ಕಣ್ಣಾರೆಪ್ಪ ಮುಚ್ಚೋ್ವರೆಗೆ.
ನಿನ್ನ ನೆನಪು ಏಕೋ ನನಗೆ.
ನಿದಿರೆ ಏಕೋ ಬಾರದಾಗಿದೆ.!

ಕಾಲವೆಲ್ಲ ಮುಂದೆ ಹೋಗಿ,
ಮತ್ತೆ ಹಿಂದೆ ಬಾರದಾಗಿದೆ.

ಕಾಮನಬಿಲ್ಲು ಬದುಕ ಬಣ್ಣ ಮೂಡಿ,
ಸುರಿವ ಒಲವ ಮಳೆಯೂ ನಿಂತು ಹೋಗಿದೆ.!

ನೀನು ಇರದೇ ಮಾತು ಒಂದೂ.
ನೀನೇ ನನ್ನ ಒಲವು ಎಂದಿದೆ.
ತಿಳಿಯದೆ ತಿಳಿಯದೆ ನನ್ನ ಮನಸ್ಸು ನಿನಗೆ
ತಿಳಿಯದೆ.

69. ಏಕೆ ಹೀಗೆ ಕಾಡಿದೆ

ಒಲವು ಏಕೆ ನನ್ನ ಹೀಗೆ ಕಾಡಿದೆ.
ಹರಿವ ಮನವು ತಿಳಿಯದೆ ಹೋಡಿದೆ.
ಮನವ ನಾನು ಹಿಡಿವ ಆಸೆ ಮೂಡಿದೆ.
ನೂರು ನೆನಪು ಕಣ್ಣ ಮುಂದೆ ಬಂದಿದೆ.!

ಒಲವು ಒಂದೂ ಅರಿಯದ ಮಾಯೆ.
ಮನವು ತಾಳಕೆ ಸಿಗದೇ ಕುಣಿವ ಭಾಯೆ.
ಎರಡು ಕೂಡಿ ಹೃದಯವನ್ನು ಕೊಂದಿದೆ.
ನಿಂತು ನಿಲ್ಲದ ದೇಹವೇಕೋ ಬೆಂದಿದೆ.!

ಬರೆಯಲೋರಟೆ ಪ್ರೀತಿ ಕವನ.
ಸಿಗಳು ಆವಳು ಎಂದು ತಿಳಿದಿದೆ ಮನ.
ಯಾರಿಗಾಗಿ ಬರೆಯಲಿ ಬಿಳಿ ಕಾಲಿ ಪುಟದಲ್ಲಿ.
ಸಾವು ಕೂಡ ಬಂದು ಹೋಗೋ ಮನದಲ್ಲಿ.!

ಕನಸುಗಳ ಕಟ್ಟಿದೆ ಪ್ರೀತಿ ಕದವ ತಟ್ಟಿದೆ.
ನೆನಪುಗಳ ಮುಟ್ಟಿದೆ ನಯನವೇಕೋ ಸೋತಿದೆ.
ಮನಸ್ಸು ಇಂದು ಬಾಡಿದೆ ನೋವಲ್ಲಿ ಕರಗಿದೆ.
ಅರಿತು ಬೆರೆತು ಕುಣಿವ ವಯಸ್ಸು ಇಂದು ಸತ್ತಿದೆ.!

70. ನೋವಿನ ತೀರ

ಮನಸು ಏಕೋ ಭಾರ,
ಕನಸು ತೀರ ದೂರ,
ಬದುಕು ಬಲು ನೇರ,
ಬಾಳು ತಿಳಿದರೆ ಸಾರ!

ಕನಸಿನ ಅರಮನೆ ಕೊಂದು,
ಮನಸಿನ ಸೆರೆಮನೆ ಬೆಂದು,
ನೋವು ಜೀವನವ ತಿಂದು,
ಖುಷಿಯೇ ಕಾಣೆಯಾಗಿದೆ ಇಂದು.!

ಪಯಣ ತಂದಿದೆ ಬೇಸರ,
ಜೋಡಿ ಇಲ್ಲದ ಸಂಸಾರ.
ಒಲವು ತಂದಿದೆ ಸಂಚಾಕರ,
ಪ್ರೀತಿ ನೆಮ್ಮದಿಯ ಸಂಹಾರ.

ಏನು ಬೇಡಲಿ ನಾ ದೇವರಲ್ಲಿ,
ಮೋಸವಾಯಿತೇ ಪ್ರೀತಿಯಲಿ.
ಕಾಲ ಹೋಯಿತು ಕಣ್ಣರೆಯಲಿ,
ಗಟಿಸಿದ ಘಟನೆಗಳ ನೆನಪಿನಲಿ.

ಕಾಣದಾಯಿತು ಸೌಂದರ್ಯ,
ತೋರಲಿಲ್ಲ ನೀ ಔದರ್ಯ.
ಮನಸು ಮರುಗಿತು ಕಥೆ ಕೇಳಿ,
ಕಾಲ ಹೊರಟಿತು ಕುಂಟು ನೆಪ ಹೇಳಿ.!